Mapenzi Bora

JAMHURI YA MUUNGANO WA TANZANIA
WIZARA YA ELIMU NA MAFUNZO YA UFUNDI

Cheti cha Ithibati

NA. **845**

Jina la Chapisho: **Mapenzi Bora**

Mwandishi: **Shaaban Robert**

Mchapishaji: **Mkuki na Nyota Publishers Ltd.**

ISBN: **9980 973 08 X**

Kitabu hiki kiliidhinishwa na EMAC tarehe **25** *Mwezi* **6** *Mwaka* **2007** *kuwa kitabu cha* **Kujisomea** *kwa ajili ya Kidato cha* **3 & 4** *katika* **Shule za Sekondari** *nchini Tanzania kulingana na Muhtasari wa mwaka 20* **05**

(signature)

R. A. Mpama
MWENYEKITI
EMAC   SEAL

Mapenzi Bora

SHAABAN ROBERT

MKUKI NA NYOTA
DAR-ES-SALAAM

KIMECHAPISHWA NA
Mkuki na Nyota Publishers Ltd
S.L.P. 4246
Dar es Salaam, Tanzania
www.mkukinanyota.com

ISBN(13 Digits)978-9976-973-08-2

Hii ni hadithi ya *Mapenzi Bora* iliyoandikwa
na Shaaban Robert katika lugha ya Kiswahili na kuchapishwa
na Mkuki na Nyota Publishers, Dar es Salaam, Tanzania mwaka 1991.

Sanifu na Chapa Mpya
2015, 2017, 2018.

Haki zote zimehifadhiwa. Hairuhusiwi kunakili, kuchapisha sehemu ya kitabu hiki, kuhifadhi au kukibadili katika njia au namna au mfumo wowote, kutoa vivuli, kurekodi au vinginevyo bila idhini ya maandishi kutoka kwa mchapishaji Mkuki na Nyota Publishers Ltd.

Tembelea tovuti yetu; www.mkukinanyota.com kusoma zaidi kuhusu vitabu vyetu na kununua pia. Unaweza pia kupata mahojiano ya waandishi wetu na habari kuhusu wachapishaji/matukio mengine. Jiunge ili kupata majarida yetu ya mtandaoni habari na matoleo mapya.

Kinasambazwa ulimwenguni nje ya Afrika na African Books Collective.
www.africanbookscollective.com

YALIYOMO

Utangulizi v
Mapenzi Bora 1-99
Kielelezo 100-120

UTANGULIZI

KUSUDI la kitabu hiki ni kuandalia mahitaji ya watu waliofikia fahamu ya kuwaza na kuhoji neno au kitu au tendo kwa akili ingawa haitakuwa vibaya kama kitasomwa na watu wo wote ambao hawajafikia upeo kama huo wakipenda kujiweka tayari kwa zamu yao.

Watu ambao wana dhana ya kuwa mapenzi si kitu cha maana, waonywa katika kurasa hizi kuwa wanapatwa na hasara kubwa kwa kupitwa bila ya kujua uzuri na fahari, heshima na utukufu ambao hustahili kuwa wao wenyewe. Wana miliki ya majohari ambayo hawajui thamani yake.

Baadhi ya watu hudai kuwa mapenzi karaha kuzungumzwa. Watu kama hawa hawachekeshi kidogo. Kiswahili si lugha ya watoto na vitabu vya chuoni tu. Huweza kuzungumza biashara na dini kama kiwezavyo kuzungumza sheria na mapenzi. Halali zilizomo katika mapenzi hushinda halali zilizomo katika sheria yo yote iliyopata kutengenezwa na mwanadamu. Karaha kuzungumza kitu kilicho halali na adili katika mafundisho ya wanadamu! Mzaha gani huu?

Wale wasemao kwamba mapenzi karaha hawawafunzi wazazi kukaa vema na watoto wao, wala watoto kuwa wema na amini kwa wazazi wao. Hawawafunzi watu wajibu wa kutegemeana katika dunia. Huharibu umoja na ujirani, uaminifu na urafiki kwa fikira zao za upuzi. Mungu hupenda watu. Stahili ya watu si kumchukia Yeye.

Mapenzi ni jambo moja katika mambo yaliyo muhimu na wajibu kwa mtu katika maisha yake. Atakupenda nani katika dunia kama hutayari kupenda wengine wala kuheshimu mapenzi yao? Jambo lililo muhimu na wajibu kama hili huwa huru kuzungumzwa na mtu ye yote atakae kufanya hivyo. Neno lisilokuwa la wajibu kwa watu ndilo neno la kudharauliwa, si mapenzi.

Waaidha, kama pana dhana ya kuwa mapenzi ni neno lisilo maana njema katika kamusi za lugha hii, sina budi kusema kwamba kamusi hizo si sahihi kama zitazamiwavyo kuwa, na zisipotupiwa macho zikatengenezwa upesi zitaudhi wanunuzi kwa kuonyesha dharau kubwa katika matumizi ya lugha.

SHAABAN ROBERT
Tanga,
Tanganyika Territory,
Aprili 5, 1958

MAPENZI BORA

1. JINA limetakadamu,
   Na moyo umeazimu,
   Kabla juma kutimu,
   Kuandika simulizi.

2. Pindi nikiwa mzima,
   Muda, ukipata juma,
   Tawapa habari nzima,
   Nikijaliwa pumzi.

3. Nikifunguliwa heri,
   Na nguvu ya kufikiri,
   Nitatunga kwa shairi,
   Wimbo tunu nchi hizi.

4. Hata kama siku hizi,
   Mwili wangu una ganzi,
   Kabla robo ya mwezi,
   Makala yatabarizi.

5. Yatabarizi makala,
   Kwa uwezo wake Allah,
   Apaye watu chakula,

Uzima na usingizi.

6 Toka kalamu kushika,
Arobaini miaka,
Bado sijapumzika,
Na kuiacha siwezi.

7 Kutunga na kutangua,
Kuwaza na kushangaa,
Sijakoma robo saa,
Kila siku nina kazi.

8 Kwa wino na karatasi,
Kusoma na kudurusi,
Macho yangu nayahisi,
Kuona yana tatizi.

9 Kuona natatizika,
Kwa nuru kunitoweka,
Na kila nikiandika,
Herufi huwa si wazi.

10 Macho yamejaa kiwi,
Herufi hayatambui,
Walakini kazi hii
Kuiacha sifanyizi.

11 Japo dhaifu wa mwili,
Napenda kutawakali,
Kazi hii ya asili,
Na kuitupa siwezi.

12 Na kuacha sikubali,
Siwezi kwa kila bali,

Kila asili ni mali,
  Kuacha haipendezi.

13 Kuitupa neno gumu,
  Na kama litalazimu,
  Tadhuriwa na mizimu,
  Ninazo fikira hizi.

14 Jadi itanisumbua,
  Nijutie kuzaliwa,
  Hapa katika dunia,
  Maisha yatanihizi.

15 Sio masihara jadi,
  Ni kitu hakina budi,
  Kutunzwa kwa jitihadi,
  Moyo wangu wamaizi.

16 Sisi tusio na kitu,
  Katika maisha yetu,
  Jadi mali bora kwetu,
  Kudharau ni upuzi.

17 Si tayari kwa kutupa,
  Hata kama kutanipa,
  Furaha na kunenepa,
  N a ufalme na enzi.

18 Ningestahabu jadi,
  Kuliko kupata sudi,
  Ya dhahabu na nakidi,
  Kukidhia matumizi.

19 Niliitupa kijana,

Wakati akili sina,
Sasa sikubali tena,
Nijapopewa feruzi.

20 Kabla ya kutumika,
Maandiko Afrika,
Kuimba tulisifika,
Kwa nyimbo na tumbuizi.

21 Nilipokuwa kijana,
Ingawa nilikazana,
Kama hili sikuona,
Naliona siku hizi.

22 Lingefanya majilio,
Wakati nguvu ninayo,
Ningeacha nyuma nyayo,
Ambazo hazipotezi.

23 Ningewachia alama,
Waone wajao nyuma,
Asaa ikiwa njema,
Kwao kama maongozi.

24 Yana ajabu maisha,
Yakikaribia kwisha,
Ndipo yanapoamsha,
Fani mashazi mashazi.

25 Na jua letu likichwa,
Na mvi katika kichwa,
Mioyoni twachokochwa,
Haja zetu hazituzi.

26 Wakati wa kwenda mbio,
   Maisha kwenye kituo,
   Twapata wakati huo,
   Maono jazi kwa jozi.

27 Na ijapo mansubu,
   Akili ya kuratibu,
   Mambo kwa utaratibu,
   Mwili hauwezi kazi!

28 Tunapojiwa na lubu,
   Na akili mjarabu,
   Mwilini twaona ta'bu,
   Kutumia hatuwezi.

29 Na tukiwa taabani,
   Hatuna nguvu mwilini,
   Ndipo ijapo kichwani,
   Akili iliyo razi!

30 Maisha yetu mafupi,
   Na sijui twenda wapi,
   Mambo yatakuwa vipi,
   Kama hima sifanyizi!

31 Tunaishi na kuhama,
   Lazima nifanye hima,
   Maana kifo daima,
   Hutokea kama mwizi

32 Dibaji ikome hapa,
   Kwa sababu nina pupa,
   Na haraka ya kuwapa,
   Habari bila ajizi.

33 Kama nitaajizika,
    Na mambo yatajizika,
    Yawe dhiki kuchimbuka,
    Yasumbue wachimbuzi.

34 Ni heri nifululize,
    Nisikwae niteleze,
    Kila baya nilimeze,
    Jema niwape wapenzi.

35 Kisa cha huu utenzi,
    Ni kuyahami mapenzi,
    Hata nikiwa mpuzi,
    Nia hii sigeuzi.

36 Nia yangu sigeuzi,
    Sitishwi na pingamizi,
    Nitanena waziwazi,
    Niachie waamuzi.

37 Wimbo wangu taachia,
    Watu wema kuamua,
    Sina haja kuzuia,
    Kupitisha maamuzi.

38 Taachia wenginewe,
    Penye kosa wakosoe,
    Lakini mimi mwenyewe,
    Kufanya hivyo fauzi.

39 Ni upuzi kukashifu,
    Natenda kwa takilifu,
    Walakini kusharifu,
    Mambo nina mazoezi.

40 Mapenzi nitayasifu,
   Mnaka siku ya ufu.
   Maana ndiyo turufu,
   Kwangu iliyo azizi.

41 Sifa zake nitapanga,
   Kwa fikira za kuwanga,
   Na maneno yenye anga,
   Yatajaa beti hizi.

42 Beti nitazishibisha,
   Maneno ya mshawasha,
   Mema kwa kuchangamsha,
   Kama siki kwa mchuzi.

43 Maneno niliyo nayo,
   Nitafuma yawe nguo,
   Niupambe wimbo huo,
   Kama mwili na mavazi.

44 Nitaupamba kwa pambo,
   Wimbo upendeze umbo,
   Walie wivu warembo,
   Wa Misri na Hijazi.

45 Wivu walie Ulaya,
   Watu welewa sanaa,
   Kila pembe ya dunia,
   Jumla watunga tenzi.

46 Mapenzi kwangu uhai,
   Kila mara hukinai,
   Kama ninywae divai,
   Baridi katika kuzi.

47 Kama ninywae asali,
    Tamu sana ya asili,
    Au kitu cha halali,
    Kipendezacho Mwenyezi.

48 Atafutae malau
    Si mwerevu ni bahau,
    Kuyavunja kwa nahau,
    Mapenzi mtu hawezi.

49 Anambiaye hapendi,
    Njia moja naye sendi,
    Nashuku kanywa mtindi,
    Mawazo mema hawazi.

50 Nahofu kanywa kangara,
    Kileo chenye madhara,
    Na fikira zimegura,
    Kuzingatia hawezi.

51 Nawaza kanywa uchugu,
    Moyo wake una sugu,
    Ama umemea gugu;
    Haoni wala hawazi.

52 Nakisi kalewa mbege,
    Na sawa na mtu bwege,
    Mapenzi tunda za ndege,
    Wanyama na sisimizi.

53 Naona kalewa moshi,
    Akili hazimtoshi,
    Na mimi hanishawishi,
    Kuwa wake mwandamizi.

54 Huenda kavuta bangi,
Fahamu yake si nyingi,
Hawazi wala hawangi,
Hajui la matumizi.

55 Hakosi kanywa zarambo,
Yawaka katika tumbo,
Kisha haelewi mambo,
Kama mwenye jinamizi.

56 Huwa kalewa kasumba,
Fahamu yake utemba,
Hudhani kuwa huimba,
Kumbe hulia machozi!

57 Nadhani kalewa mvinyo,
Yuko ng'ambo ya maonyo,
Mjeledi na msonyo,
Kumfunza haviwezi.

58 Nahisi kuwa konyaki,
Kwake ni kama rafiki,
Nayo humpinga haki,
Bali bado kumaizi,

59 Labda hana la kweli,
Majuruhi wa akili,
La dhambi na la adili,
Kupambanua hawezi.

60 Pengine hana fahamu,
Si mtu mwenye elimu;
Kati ya mambo muhimu,
Mapenzi hayana mwenzi.

61 Kati ya mambo mazuri,
   Mapenzi kwangu fahari,
   Kushinda hata johari,
   Milki ya wenye enzi

62 Mapenzi kwangu kileo,
   Cha thamani hata cheo,
   Nikinywa hutuza moyo,
   Josho langu la kutuzi.

63 Si wa wazo wala njozi,
   Si wa feli za ujuzi,
   Wala si mtu maizi,
   Mdhalilisha mapenzi.

64 Si wa rai na fikira,
   Wala tembe ya tijara,
   Si wa hukumu imara,
   Mjinga wa utambuzi.

65 Si wa neno la hekirna,
   Wala wazo la kupima,
   Hawazi jambo la wema,.
   Si mtu wa fafanuzi.

66 Ulimwengu kama huu,
   Wenye mashaka makuu,
   Kimbilio na nafuu,
   Ni palipo na mapenzi.

67 Si kwamba nabahatisha,
   Kweli tupu napitisha,
   Hayana kitu maisha,
   Kama hayana mapenzi

68 Tungekosa kuwa nayo,
   Mapenzi katika moyo,
   Dunia tuliyo nayo,
   Ingesumbua wakazi.

69 Ingeshinda wakaaji,
   Kwa kukosa kufariji,
   Mapenzi wanahitaji,
   Watu kama ukombozi

70 Laiti si kitu hiki,
   Pangekuwa pana dhiki,
   Dunia haikaliki,
   Kwa uzito wa majonzi.

71 Dunia tunayokaa,
   Jagwa tupu wa ukiwa,
   Nakiu na njaa mbaya,
   Na mateso na machozi.

72 Kama si johari hii,
   Mashaka yake uhai,
   Kuchukua natumai,
   Tungekuwa hatuwezi.

73 Na tena yangesumbua,
   Watu yakawalemea,
   Maisha waliyopewa,
   Yangekuwa kama njozi

74 Yangalikuwa si kitu,
   Kwa mnyama wala mtu,
   Katika huu msitu,
   Wa giza na pingamizi.

75 Kwa hivi ninatukuza,
   Kadiri ninavyoweza,
   Mapenzi yameeneza,
   Ulimwengu ni ulinzi.

76 Hadithi za kusifiwa,
   Nyingi katika dunia,
   Kama zikiangaliwa,
   Ndaniye yamo mapenzi.

77 Hazina mahali pema,
   Pa kuanza na kukoma,
   Lakini zimo daima,
   Ndani yake hili zizi.

78 Ndiyo msingi wa jengo,
   La hadithi na utungo,
   Na tena ndiyo mlango,
   Mkubwa wa uokozi.

79 Kama haziishi humu,
   Huwa si hadithi tamu,
   Na mambo yale magumu,
   Tisho na maangamizi.

80 Hili nimepeleleza,
   Kugundua nikaweza,
   Na leo nalieleza,
   Kwa maono yangu wazi.

81 Mapenzi ni uokovu,
   Utiao roho nguvu,
   Zikaenda kwa utuvu,
   Safari ya utelezi.

82 Na safari ya maisha,
    Kwa hali inavyotisha,
    Kwenda ingali tuchosha,
    Mungu bariki mapenzi.

83 Tusingalikwenda mwendo,
    Wala kulitenda tendo,
    Zingekuwa ni mawindo,
    Roho zetu ya chukizi.

84 Mbingu ilivyo na taa,
    Kama ya Mwezi najua,
    Na mwanadamu kapewa,
    Nuru hii ya mapenzi.

85 Mawalii na watawa,
    Jangwa hili la ukiwa,
    Daima hujiandaa,
    Wapate haya majazi.

86 Mapenzi kwa mwanadamu,
    Kama mshipa na damu,
    Na mfupa kwa shahamu,
    Au mti na mzizi.

87 Dunia jangwa la kiu,
    Na sisi tusisahau,
    Mapenzi faraja kuu,
    Ya kuimiza kiu hizi.

88 Tutafute tuyapate,
    Duniani pembe zote,
    Na twendako tuyakute,
    Peponi kwake Mwenyezi.

89 Tutafute tuyaone,
   Tugawane tone tone,
   Na yatutibu tupone,
   Maradhi yenye chukizi.

90 Wahinio kupendana,
   Dunia ingawa pana,
   Huwa watu wa kuona,
   Nyembamba nakama uzi.

91 Huwa hawana nafasi,
   Kwa chuki na wasiwasi,
   Hupata wakajihisi,
   Kuwa ni watu wapuzi!

92 Dunia ilivyo ngumu,
   Mtu hataweza dumu,
   Wakati wa kulazimu,
   Kutoweka kwa mapenzi.

93 Siku hiyo tutajuta,
   Kwa msiba kutupata,
   Nyuso zetu zitatota,
   Kwa bahari ya machozi.

94 Nyuso zitafanya mito,
   Ya machozi ya fukuto,
   Tulie kama watoto,
   Maskini wa walezi.

95 Maskini na tajiri,
   Watu wa kila umri,
   Kulia watakithiri,
   Kama hili hubarizi.

96 Watalia: Ole mama!
   Wajile wenyewe nyama,
   Wakati wa kutazama,
   Hapana tena mapenzi.

97 Kwa mioyo kukauka,
   Hapana tena kucheka,
   Kwa furaha kutoweka,
   Wote katika majonzi.

98 Mapenzi yakisha hama,
   Na huruma kuandama,
   Watageuka mabuma,
   Watu wa zamani hizi.

99 Kwa meno kujitafuna,
   Na kila uso kununa,
   Fedheha hapana tena,
   Kwa utovu wa mapenzi.

100 Mapenzi watatafuta,
    Kila njia watapita,
    Na nyayo zimejifuta,
    Wapotewe na pumzi.

101 Pumzi zikisha paa,
    Patakuwa na fadhaa,
    Na ghasia na butaa,
    Dhiki na maangamizi.

102 Baada ya kuhasiri,
    Hapatakuwa na siri,
    Kulia watakariri,
    Wazaliwa na wazazi.

103 Wote wapige mayowe,
   Mapenzi wayalilie,
   Kwa kutaka yarejee,
   Na kurudi hayawezi.

104 Watayataka kwa pesa,
   Yawape tena fursa,
   Kitu walichokifyosa,
   Huwaje tena kipenzi!

105 Watayaita mapenzi,
   Waitikwe na chukizi,
   Wawe katika majonzi,
   Ya giza na ya kiliza

107 Hutaka cha kuwadhuru,
   Kila mara na kufuru,
   Lakini cha kunusuru,
   Hata tembe hawawazi.

108 Hubuniwa zana mzo,
   Za madhara na mizozo,
   Na watu hutuzwa tuzo,
   Ulaya na nchi hizi!

109 Hutuzwa kwa vyeo bora,
   Migogoro na madhara;
   Ziwapi zetu fikira,
   Kama watu watambuzi?

110 Tukisha pata busara,
   Huwa watu wa busara;
   Maisha ni masihara,
   Kama una utambuzi.

111 Basi wakati ujapo,
     Bila shaka papo hapo,
     Ningetaka kuwa sipo,
     Kuvumilia siwezi.

112. Ni heri nitangulie,
     Kwanza kuondoka mie,
     Ndipo hilo litokee,
     Liwe si mtangulizi.

113 Lugha hii haigombi,
     Kuwa mapenzi ni dhambi,
     Ndipo hafanya usumbi,
     Wa kutunga beti hizi.

114 Kwa habari za mapenzi,
     Nasema maneno wazi,
     Si ubembe na upuzi,
     Shauku na ubazazi.

115 Mimi nasema kiini,
     Malkia wa moyoni,
     Na johari ya Peponi,
     Wakati wa maamuzi

116 Mapenzi niyanenayo,
     Ya saburi na makao,
     Milele katika moyo,
     Si mapenzi makimbizi.

117 Mapenzi yenye kudumu,
     Milele yaliyo tamu,
     Moyoni mwa mwanadamu,
     Husema kurasa hizi.

118 Ni yale ya utakaso,
   Ngao yetu ya mateso,
   Yakabiliyo kwa uso,
   Mbalimbali mageuzi.

119 Mapenzi yenye uzuri,
   Na thamani na fahari;
   Mapenzi Al-Khadhiri,
   Si mapenzi bumbuazi.

120 Siyo yapigayo mbio,
   Wakati wa majilio,
   Ya msiba na kilio,
   Ukabaki bila mwenzi.

121 Ni mapenzi ya mitume,
   Yaliyoshinda kinyume,
   Na sisi tufanye shime,
   Kuandama nyayo hizi.

122 Tusihini walimwengu,
   Mapenzi tumpe Mungu,
   Naye atatupa fungu,
   Katika wake wenezi.

123 Tupendane na wenyewe,
   Tofauti tuondoe,
   Amani itushukie,
   Mapenzi tufanye ngazi.

124 Yawe ngazi ya kupanda,
   Juu wakati wa kwenda,
   Roho zetu kwa kushinda,
   Dhiki ya mwili na ngozi.

125 Silika ya kupendana,
   Ni mila kwa waungwana,
   Kisha jambo bora sana,
   Kazi bure ubaguzi.

126 Ubaguzi ni husuda,
   Wala hauna faida,
   Unadhuru kila muda
   Katika kila kizazi.

127 Kuchukiana ni ila,
   Madhara ya makabila,
   Yaliyofanya ni mila,
   Yameona mapinduzi.

128 Hata lini mataifa,
   Maarufu yenye sifa,
   Yatatangua kashifa,
   Hii sawa na masizi?

129 Mapenzi ya idhilali,
   Kuwa nayo afadhali,
   Bali mtu hahimili,
   Wepesi wenye chukizi.

130 Chuki naiona nzito,
   Kuchukua ina moto,
   Kuhesabu kama pato,
   Moyo wangu umeizi.

131 Mapenzi hububu moja,
   Kuwa nayo nina haja,
   Maana ndiyo faraja,
   Bora kwangu haiozi.

132 Chuki ina uharabu,
   Mama wa kila aibu,
   Hata hapewa dhahabu,
   Kuchukua ningeizi.

133 Ningekana kitu hiki,
   Moyo wangu hautaki;
   Heri kuishi na dhiki,
   Utumwani mwa mapenzi.

134 Ni heri kuwa mfungwa,
   Gerezani nikanyongwa,
   Kuliko kuwa mtengwa,
   Mbali ya hii feruzi.

135 Chuki sipendi kuona,
   Kitu hiki cha laana,
   Ni sumu ya kuungana,
   Kwa roho zake Mwenyezi.

136 Chuki uchafu wa moyo,
   Ni hasara kuwa nayo,
   Walia na mausio,
   Huikana kuwa mwenzi.

137 Penye mapenzi mapana,
   Hasama huwa hapana,
   Na tuhuma na fitina,
   Kuja hapo haviwezi.

138 Hubwaga moyo na joyo,
   Mapenzi aliye nayo,
   Ni jambo bora upeo,
   Kinyume hakitokezi.

139 Ni himaya penye dhiki,
   Kwa ndugu na marafiki,
   Hasa mapenzi ya maki,
   Ambayo si makimbizi.

140 Ni johari ya thamani,
   Kwa kuunga majirani,
   Kama watoto nyumbani,
   Wa nasaba ya uzazi.

141 Ni jambo halina ila,
   Kwa wanaopenda mila,
   Na wenye kumcha Mola,
   Maliki wa wenye enzi.

142 Mapenzi kila yalipo,
   Na amani huwa hapo,
   Lakini kila ilipo,
   Chuki pana uchokozi.

143 Una giza na msitu,
   Baa na fujo na kutu,
   Moyo usopenda mtu,
   Si moyo ulio wazi.

144 Huwako kwa mwanadamu,
   Uharibifu na sumu,
   Dhuluma na uhasimu,
   Kama kupenda hawezi.

145 Huwa mwingi wa maovu,
   Moyo wake mpotovu,
   Na hiana na utovu,
   Wa imani na mapenzi.

146 Mwenye chuki maskini,
   Ni mtu hana thamani,
   Malaika wa mbinguni,
   Chuki hawaitukuzi.

147 Mapenzi wanayo mengi,
   Wanadamu kila rangi,
   Lakini hayawaungi,
   Kwa sera ya ubaguzi.

148 Wa Ulaya wamba bora,
   Asia wamba tohara,
   Marikani masogora,
   Haja yao si mapenzi!

149 Hindi na Bara Arabu,
   Wamba wastaarabu,
   Yahudi jadi vitabu,
   Mapenzi kwao upuzi!

150 Na wa ng'ambo ya dunia,
   China na Australia,
   Huwa kwao maridhawa,
   Maisha bila mapenzi!

151 Tanganyika na Ajjemi,
   Watu kimya hawasemi,
   Lipi bora kwa kuhami,
   Mapenzi au chukizi?

152 Mapenzi mimi nahisi,
   Hupendeza kwa Warusi,
   Na ambao kwamba asi,
   Tamthili ya wokozi.

153 Chuki jambo la udhia,
Si jema kutaradhiwa,
Na kama litaridhiwa,
Tutamezwa na ushenzi.

154 Si vema kurudi tena,
Ushenzi wema hauna,
Lakini dawa hapana,
Ila sera ya mapenzi.

155 Nenda nchi za mapenzi,
Na vinywaji vya ujuzi,
Zina dhara nchi hizi,
Nenda bila ya ajizi.

156 Na zimiliki dhahabu,
Nchi za chuki aibu,
Kuziishi si thawabu,
Hazifai kwa makazi.

157 Na ziwe na majohari,
Na miski na ambari,
Utajiri na fahari,
Yote sawa na upuzi.

158 Kuwe na mito ya lulu,
Na yakuti zisihulu,
Watu shida kufaulu,
Yakiwa duni mapenzi.

159 Ziwe na wingi wa mali,
Uzuri kila pahali,
Huwa hazina fadhili,
Nchi hizo kwa wakazi

160 Nchi ziwe na idadi,
   Ya vito na zumaridi,
   Zisiporidhi fuadi,
   Kwa watu hazipendezi.

161 Hupendeza kuwa nayo,
   Mapenzi ua la moyo,
   Ambao hauna choyo,
   Wala feli za ushenzi.

162 Na hushinda manukato,
   Kama hufunzwa watoto,
   Kwa kuwaonya mapito,
   Na njia zilizo wazi.

163 Kwa kuja haribu kitu,
   Ugomvi hauthubutu,
   Wala matata ya mtu,
   Kwa walio na mapenzi.

164 Mashaka yetu ya leo,
   Na ya wakati ujao,
   Hatuna zuio nayo,
   Kama hatuna mapenzi.

165 Mapenzi yaliyo safi,
   Kama hatuna ukufi,
   Ghasia na ukorofi,
   Kuepa hatuviwezi.

166 Milele huundwa zana,
   Kwa watu kuogopana,
   Kazi yo yote hazina,
   Ila ya maangamizi.

167 Si dawa kuwa na zana,
   Kama mapenzi hapana,
   Kwa sababu hatapona,
   Ateswaye na chukizi.

168 Kila mpakata moto,
   Mfano kama mtoto,
   Hadai kupata pato,
   Zaidi ya maunguzi.

169 Kama wasio na macho,
   Hawaoni watendacho,
   Wala wakifikiricho,
   Kwa kuunda zana hizi.

170 Nusura ya kuwa bubu,
   Kwa ukubwa wa ajabu,
   Uasi na uharabu,
   Kuwa na waandamizi!

171 Sawa na wenye wazimu,
   Na akili si timamu,
   Ndipo wakawa na hamu,
   Ya ghasia kama hizi?

172 Jibu la hili sipati,
   Wala watu siwakuti,
   Wenye rai madhubuti,
   Ya kunituza pumzi.

173 Kwenda mbele wamezidi,
   Kwa elimu na juhudi,
   Kwa adili wanarudi,
   Tena katika ushenzi.

174 Hifadhi haina budi,
   Na kupigwa wakaidi,
   Lakini kila fuadi,
   Rutuba yake mapenzi.

175 Watu kuwa na kivuli,
   Bila amani si kweli,
   Lakini juu ya hili,
   Mapenzi kitu azizi.

176 Watu wakiwa wapendwa,
   Na kila haki kulindwa,
   Kabla ahera kwenda,
   Pepo hapa watahozi.

177 Na roho ziwapo radhi,
   Hapa katika ardhi,
   La shari na la maudhi,
   Litapingwa kubarizi.

178 Kwa watu wenye mahaba,
   Neema haziwi haba,
   Kila heri ya kushiba,
   Wanayo katika zizi.

179 Bure kuwa na akili,
   Elimu ya kila feli,
   Huzidi kuwa jahili,
   Maskini wa mapenzi.

180 Mapenzi huunga mbingu,
   Ardhi na walimwengu
   Mbele ya hasimu yangu,
   Huweza kunipa enzi.

181 Kwa hivi na tujiase,
    Kupendana tusikose,
    Na mioyo tutakase,
    Kwa uturi wa mapenzi.

182 Na tufue kama nguo,
    Kuwa safi kila moyo,
    Na tungoje majilio,
    Ya mapenzi kutuenzi.

183 Majilio nayaona,
    Yanakuja mbio sana,
    Na karibu tutapona,
    Kama ni watu maizi.

184 Tufue kama libasi,
    Roho zetu na nafsi,
    Ziwe makao halisi,
    Ya furaha na ujuzi.

185 Moyo uwe bustani,
    Mapenzi yamee ndani,
    Tuwe na matumaini,
    Baraka zile na hili.

186 Baraka tusizingoje,
    Haraka twataka zije,
    Dunia mwaionaje,
    Ilivyo na kalamzi?

187 Nuru yetu ya mapenzi,
    Haina anga la Mwezi,
    Bali ina maongozi,
    Ajabu yake Mwenyezi!

188 Haina anga la nyota,
   La kuchwa na la kupaa,
   Liamshalo dunia,
   Na kulaza usingizi.

189 Haina anga la nyota,
   Zuri kwa kumeremeta,
   Lakini likimvuta,
   Mtu moyo hageuzi.

190 Nuruye si ya fahari,
   Mfano kama sayari.
   Bali Mola Mashuhuri,
   Huyatukuza mapenzi.

191 Mwenye wakia mapenzi,
   Sawa na mwenye kuhozi,
   Kitu kilicho azizi,
   Na halali na kipenzi.

192 Mapenzi ya tone moja,
   Moyoni huwa faraja,
   Kuliko vyeo korija.
   Na nishani jozi jozi.

193 Na ujinga wa kupenda,
   Si werevu wa kutenda,
   Kila hila ya kushinda,
   Wanadamu kwa chukizi.

194 Chuki ni kama nyamafu,
   Ina vundo la harufu,
   Na madhara maradufu,
   Kwa watu haipendezi.

195 Kitu chenye maudhiko,
   Na fujo na masumbuko,
   Dhiki na masikitiko,
   Kuwapo ni pingamizi.

196 Jambo tusilolitaka,
   Huhimizwa kuondoka,
   Kwa nini tunalotaka,
   Kuja hatulihimizi?

197 Chuki kuwa kati yetu,
   Sioni twatenda kitu
   Wenyewe wanyama mwitu,
   Sisi haitupendezi.

198 Twachekwa na malaika,
   Huchekwa tukachekeka,
   Mashetani na mizuka,
   Hutuona ni wapuzi.

199 Twachekwa kwa kuhizika,
   Hatuna la kutamka,
   Huchekwa tukianguka,
   Kunyanyuka hatuwezi.

200 Twachekwa kwa ulegevu,
   Akili yetu si pevu,
   Twachekwa kwa upumbavu,
   Wa thamani ya mapenzi.

201 Tunachekwa na wadudu,
   Wajinga wa kuabudu,
   Na ambao hawamudu,
   Kwamba wala kumaizi.

202 Chuki inatukanganya,
   Amani hutunyang'anya,
   Na hiki hutupokonya,
   Yetu katika mapenzi.

203 Mioyo yetu na utu,
   Wanayo wanyama mwitu,
   Na yao sasa ni yetu,
   Ni upeo wa majonzi!

204 Haya kwetu zimehama,
   Zimekwenda kwa wanyama,
   Fundi wa maneno mema,
   Matendo hatuyawezi.

205 Chako jilie mwenyewe,
   Huna haja ukigawe,
   Bali mapenzi nipewe,
   Cho chote hayapunguzi.

206 Kupunguza shida sana,
   Kupendana ni ungwana,
   Na ye yote hatakana,
   Mwenye maarifa razi.

207 Hazina yake mapenzi,
   Haishi kwa matumizi,
   Mwenye maarifa razi,
   Kupinga hili hawezi.

208 Hasha usinipe kitu,
   Kinacholiwa na kutu,
   Kwakowe nataka utu,
   Utu wema hauozi.

209 Bilashi kunipa fedha,
    Bure itanipa adha,
    Nipe kitu mfawidha,
    Ambacho hushinda wezi.

210 Na kisha sinipe mali,
    Usumbufu wa akili,
    Nipe mapenzi halali,
    Yasumbue wachopozi.

211 Wala sihitaji sifa,
    Riziki ya wenye kufa,
    Nipe dawa ya maafa,
    Wakati nina pumzi.

212 Mimi sifa za dunia,
    Sina haja kusikia,
    Sababu zina hadaa,
    Na wingi wa mapinduzi.

213 Ingawa ni kitu chema,
    Sikio langu huuma,
    Iwapo sifa yavuma,
    Kuwa imara siwezi.

214 Siwezi kwa kuchukua,
    Mara nyingi hulemea,
    Na begani huchubua,
    Mimi siwi mchukuzi.

215 Kisha hudhuru mabega,
    Sifa haina kiaga,
    Wangapi imewabwaga,
    Wenye kutaka ihozi?

216 Sifa kitu cha duara,
   Haishikiki imara,
   Wenyewe watu sogora,
   Kwa maarifa nyerezi.

217 Sifa kitu cha shukuki,
   Kama tupu hailiki,
   Sifa huudhi rafiki,
   Ukawindwa kwa kitanzi.

218 La sifa halinandami,
   Na mbele silitazami,
   Asiyependa ni mimi,
   Wengine siwakatazi.

219 Wapendao na wapate,
   Ziwapambe mwili wote,
   Mimi zisinifuate,
   Sina haja kuzihozi.

220 Si kitu cha kutamani,
   Sifa ina ushindani,
   Na wivu na nuksani,
   Na aibu na maehozi.

221 Ujapo pata ya juu,
   Heri kwako kusahau,
   Sifa kiburi kikuu,
   Kwa ambaye haiwezi.

222 Ni jambo halinifai,
   Sifa ina ulaghai;
   Ni silaha ya adui,
   Aili na majambazi.

223 Sifa apendaye hasa,
   Hutekwa moyo kabisa,
   Akatenda kila kisa,
   Ghairi ya kizuizi.

224 Kwa ghiliba ya nafsi,
   Huwa hanacho kiasi,
   Hasikilizi la kusi,
   Halichi la kaskazi.

225 Halichi la mashariki,
   Wala neno la rafiki,
   Kwa sifa kumpa dhiki,
   Hawazi wala hatunzi.

226 Na ya watu hayamwimbi.
   Hajali la magharibi,
   Hutenda kila kitimbi,
   Bila ya kuwa mjuzi.

227 Katika kutenda feli,
   Sifa haina zohali,
   Hutenda bila kujali,
   Gharika wala telezi.

228 Sifa kitunga cha jicho,
   Huoni ukiwa nacho,
   Udhanicho huwa siho,
   Hupati jambo la wazi.

229 Na mara kwa mara sifa,
   Haisikii la kufa,
   Wala lenye maarifa,
   Chache ya uangalizi.

230 La rahisi huwa ghali,
   Kama sifa yakubali,
   Kama yabadili hali,
   Sifa kupinga huwezi.

231 Kwa hivyo najitanibu,
   Sikai nayo karibu,
   Isije kunighilibu,
   Mambo yake siyawezi.

232 Nipe mapenzi niweke,
   Moyoni pahali pake,
   Nilinde yasifujike,
   Kwa doria ya ulinzi.

233 Niyalinde kwa doria,
   Mwivu asipate njia,
   Ndogo ya kuyachukua,
   Kwa rai na upekuzi.

234 Nipe iliweke kwa siri,
   Mapenzi hutaka ari,
   Na moyo wa ujasiri,
   Kukabili shambulizi.

235 Bila kudokoa mwivu,
   Yakue yawe na nguvu,
   Mpaka yawe mapevu,
   Yazidi kuwa azizi.

236 Na yapambe kila moyo,
   Kila mtu awe nayo,
   Pasiwe mlia choyo,
   Watu wote wayahozi.

237 Mapenzi yawe na umbo,
    Yapendeze kwa warembo,
    Na waelewa wa mambo,
    Mahiri na watatuzi.

238 Yaenee kila nyumba,
    Kwa wanene na wembamba,
    Watu wote kuwapamba,
    Tamthili ya mavazi.

239 Yawe mengi duniani,
    Tujue yake thamani,
    Sote tuwe furahani,
    Pasiwe mlia chozi.

240 Mapenzi yawe mwangaza,
    Kwa wajuzi wa kuwaza,
    Wajue la kutukuza,
    Na lililo la upuzi.

241 Yawe ndani ya fuadi,
    Za watu wote weledi,
    Na kila siku yazidi,
    Kumea kama mizizi.

242 Yawambe kama mimea,
    Kwa majani na maua,
    N a matunda ya kuliwa,
    Mfano tende na lozi.

243 Mapenzi pambo moyoni,
    Kwa wafupi wastani,
    Na warefu makundini,
    Raisi na wanagenzi.

244 Wanagenzi na raisi,
　　Katika zao nafsi,
　　Watu wa kila jinsi,
　　Mapenzi kwao feruzi.

245 Katika kutenda tendo,
　　Watu wakiwa na pendo,
　　Hapatakuwa na kondo,
　　Chuki wala ubaguzi.

246 Mapenzi kitu hazina,
　　Kwa weledi wa maana,
　　Watu wa kila namna,
　　Wari na wakurugenzi.

247 Wakurugenzi na wari,
　　Watu wa kila kadiri,
　　Mapenzi kwao fahari,
　　Mfano mbingu na mwezi.

248 Pendo likiwa pahali,
　　Hufanana na kandili,
　　Kwa nuru na kwa miali,
　　Hapaji la virigizi.

249 Na palipo na rabsha,
　　Pendo ni faraja tosha,
　　Na mwili huimarisha,
　　Usiwe na nyong'onyezi.

250 Watu huwa na imara,
　　Wakawa na masihara,
　　Kucheka bila ya ghera,
　　Kusema bila kohozi.

251 Wenye kiu hutulizwa,
   Na wagonjwa huuguzwa,
   Mapenzi ni miujiza,
   Mikubwa iliyo wazi.

252 Na wenye njaa hulishwa,
   Yatima hufurahishwa,
   Mzunguko wa maisha,
   Pete yake ni mapenzi,

253 Mapenzi kwangu ni hadhi,
   Si kitu cha kuniudhi,
   Nanyi niwieni radhi,
   Msomapo beti hizi.

254 Sababu ya kusanifu,
   Beti hizi ni kusifu,
   Johari yangu tukufu,
   Iwekayo moyo wazi.

255 Kwangu ina ushawishi,
   Johari hii aushi,
   Na moyoni hainishi,
   Wala haijipunguzi.

256 Ni kito moyoni kimo,
   Nacho kitadum humo,
   Kwangu haina ukomo,
   Ladha hii ya mapenzi.

257 Pindi tungekuwa bia,
   Kwa shirika kutumia,
   Mapenzi yangalikuwa,
   Faraja kwa watumizi.

258 Sote twaweza shiriki,
   Faraja ya kitu hiki,
   Nacho hakifilisiki,
   Ni hazina ya majazi.

259 Pande zote za dunia,
   Ni hazina maridhawa,
   Na kila unachotwaa,
   Humo kitu hupunguzi.

260 Punje ya pendo moyoni,
   Kama jua duniani,
   Na huzidisha thamani,
   Yake mtu kwa Mwenyczi.

261 Na kwa wingi huhesabu,
   Mahaba kama dhahabu.
   Kitu hiki mahabubu,
   Kwa ambao hukienzi.

262 Kwa ambao ni maizi,
   Mahiri na watatuzi,
   Hulinganisha mapenzi,
   Ya watu kama pumzi.

263 Yametukuzwa na Mola,
   Wakia ni frasila,
   Na ratili ni jazila,
   Kuwa ghali hayatuzi.

264 Hayana mwisho wa kima,
   Na uzuri na heshima,
   Kwa kila mwenye kupima,
   Hana kisio la wazi.

265 Yakipimwa kwa urefu,
   Huzidi kwa utukufu,
   Na kwa nguvu maarufu,
   Kwa watu hayapoozi.

266 Kila yakifa humea,
   Na ugonjwani hupoa,
   Kwa hivi huendelea,
   Mwendo wake hauvizi.

267 Ni kitu chenye umri,
   Hawishi wake uzuri,
   Na ubora na fahari,
   Na wala hakichukizi.

268 Hukonda na hunenepa,
   Madeni yake hulipa,
   Na wetu wote huwapa,
   Ya fadhili na majazi.

269 Bila maji na chakula,
   Huamka na hulala,
   Huishi bila ya ila,
   Na raha hayapotezi.

270 Na mara nyingi hukidhi,
   Linaloridhisha radhi,
   Bila ya kutupa hadhi,
   Heshima yake na enzi.

271 Kama mapenzi ya kweli,
   Hayana haja ya mali,
   Na wala hayendi mbali,
   Siku ya kuja majonzi.

272 Penye dhiki na msiba,
   Marafiki huwa haba,
   Ni ushahidi haiba,
   Wa kuwa tunu mapenzi.

273 Siku ya dhiki kudhili,
   Huna wa kukufadhili,
   Ni ushahidi kamili,
   Kwamba mapenzi azizi.

274 Penye dhiki na hatari,
   Huna wa kukushauri,
   Ni ushahidi dhahiri,
   Wa pendo kwa waamuzi.

275 Hawajali ya kuona,
   Kama mahaba hawana,
   Wala kuwa na maana,
   Maisha bila mapenzi.

276 Siku yakuja kuhama,
   Mapenzi na taadhima,
   Hapatakuwa na wema,
   Ila pitu na pituzi.

277 Hapatakuwa na tembe,
   Wema katika viumbe,
   Na watu wa kila pembe,
   Watazama kwa machozi.

278 Chozi litatiririka,
   Mfano kama gharika,
   Pasiwe mweza kucheka,
   Wala mtu mdakuzi.

279 Wenye kuwinda huwindwa,
   Na washindao hushindwa,
   Wenye kupenda hupendwa,
   Ni mwendo na mazoezi.

280 Kwa mazoezi na mwendo,
   Maandamo ya mkondo,
   Chuki mwanawe ni kondo,
   Sio kingine kizazi.

281 Mwaka wa kuadimika,
   Mapenzi kwa kuondoka,
   Moyo wangu una shaka,
   Mbingu yetu kuwa wazi!

282 Hapatakuwa wa kweli,
   Mmoja wala wawili,
   Na sheria na halali,
   Kuwa lami na masizi.

283 Kama majangwa yabisi,
   Ama shaba na suwesi,
   Zitateseka nafsi,
   Ziwe hazina pumzi.

284 Jingine ni lipi kaka,
   Mapenzi yakiondoka?
   Patabaki kusumbuka,
   Na msiba na simanzi.

285 Kingine ni kipi dada,
   Huruma na misaada,
   Sheria na kawaida,
   Kama hapana mapenzi?

286 Mapenzi jambo azizi,
   Werevu huweka kanzi,
   Yakiiza ni simanzi,
   Na kukosa hawawezi.

287 Penzi kitu cha haiba,
   Aliye nacho hushiba,
   Maisha bila mahaba,
   Kwenda nayo hatuwezi.

288 Mapenzi kitu cha hiba,
   Hasa kama si ya kwiba,
   Kwetu faraja na tiba,
   Ya dhiki na mageuzi.

289 Mnyonge na mashuhuri,
   Maskini na tajiri,
   Mlegevu na hodari,
   Ni mawindo ya mapenzi.

290 Na hawa wenye kuwindwa,
   Huona kama walindwa,
   Na kila wanalotendwa,
   Kwao haliwi majonzi.

291 Mioyo huzima kasi,
   Uchungu na wasiwasi,
   Na ujinga wa kisasi,
   Na fahari ya upuzi.

292 Fahari yenye kudhuru,
   Na ngumu ya kuamru,
   Mtu kumpa uhuru,
   Na nafasi ya pumzi.

293 Mioyo huzima moto,
   Pasiwe mwenye majuto,
   Na watu huwa watoto,
   Kwa furaha na uchezi.

294 Kwa furaha na amani,
   Watu wana tumaini,
   Kwa sababu mioyoni,
   Wanacho kitu azizi.

295 Bi ghairi ya mfano,
   Maisha mazito mno,
   Twenda nayo kwa miguno,
   Mapenzi tupe pongezi.

296 Mashaka mengi tunayo,
   Mazito katika moyo;
   Mchana kutwa wanao,
   Tuna tata na tatizi.

297 Tuna tata na tatizi,
   Usiku wa jinamizi,
   Si watu wa usingizi,
   Wala si wa maongezi.

298 Si wenye haiba kitu,
   Katika nafsi zetu,
   Tumekuwa sio watu,
   Twanuka kama kutuzi.

299 Kwa machozi kutupita,
   Nyuso zetu zimetota,
   Mchana kutwa twajuta,
   Na usiku si walazi.

300 Kwa mashaka na madhila,
   Makubwa kila kabila,
   Si walazi wa kulala,
   Katika nyakati hizi.

301 Kwa fikira kwenda mbali,
   Tumerukwa na akili,
   Usiku hatuna hali
   Hurukwa na usingizi.

302 Kama tumebeba vyuma,
   Usingizi huparama,
   Mioyo ndani yauma,
   Kwa mateso ya chukizi.

303 Kwa kuteswa na chukizi,
   Kila dawa haipozi,
   Na lini tutamaizi,
   Dhara ya maangamizi?

304 Pingamizi kubwa sana,
   Tunazo kila namna,
   Roho nafasi hazina,
   Kwa uzito wa majonzi.

305 Kwa chuki kutukebehi,
   Si watu wa kufurahi,
   Kwa sababu hatuwahi,
   Kuwa katika mapenzi.

306 Kitu gani cha lawama,
   Ndani ya dunia nzima,
   Ambacho watu husema,
   Ni zaidi ya chukizi?

307 Madhara ya walimwengu,
   Chuki imefua pingu,
   Na kila lenye mizungu,
   Na madhara na ajizi.

308 Milele huundwa zana,
   Na vitimbi na fitina,
   Hapana mwenye kuona,
   Kwa hadaa na gumbizi

309 Tumewanda kwa ujinga,
   Na wenyewe twajifunga,
   Machoni hatuna anga,
   Kwa uovu kutuhozi.

310 Roho chache ya shirika,
   Kwa mioyo kuchafuka,
   Kwa chuki yamekauka,
   Moyoni mwetu mapenzi.

311 Mapenzi yetu ya choyo,
   Yametugawa magao,
   Kasoro kubwa tunayo,
   Nayo imo kutuhizi.

312 Katika sura ni watu,
   Urembo wa umbo letu,
   Moyoni wanyama mwitu,
   Choyo kimetupa ganzi.

313 Hatuna cheche ya anga,
   Kwa kiburi na ujinga,
   Mioyo kama majangwa,
   Ya kiu na nyong'onyezi.

314 Choyo kimetupa ndima,
Shughuli dunia nzima,
Hapana mwenye kuhema,
Wala kuvuta pumzi.

315 Twashughulika na kazi,
Heri kuwa wapagazi,
Malipo yetu kwa mwezi,
Ni majuto na majonzi!

316 Kwa chuki kutuadhiri,
Hatuna tembe fahari,
Ya rai na tafakuri,
Kama zawatangulizi.

317 Sawa na watu madufu,
Wachache wa utukufu,:
Na mioyo ina hofu,
Kwa ufupi wa pumzi.

318 Kwa hali namna hii,
Tumekuwa hatufai,
Ingawa tuna uhai,
Mioyo yetu si wazi.

319 Hapana mwenye mwafaka,
Kwa roho kukorofika,
Afadhali ya mizuka,
Hayawani na washenzi.

320 Kwa ghiliba na uongo,
Si wazima wa maungo,
Kama wagonjwa wa jongo,
Na baridi na tambazi.

321 Kwa yabisi ya fuadi,
   Si watu wenye muradi,
   Kila jambo halisudi,
   Hapana lenye majazi.

322 Penye mapenzi ya shida,
   Sheria na kawaida,
   Hutanguka bila muda,
   Si pazuri kwa makazi.

323 Siku ya kuwa na mbawa,
   Mapenzi muda wa saa,
   Kwa watu yakakimbia,
   Tutakufa kwa majonzi.

324 Lisijiri jambo hili,
   Mungu lipeleke mbali,
   Jambo hili libadili,
   Haraka bila ajizi.

325 Kwa kuwa si jambo jema,
   Na libadilike hima,
   Kwa uwezo na rehema,
   Na busara ya Mwenyezi!

326 Roho zitie rutuba,
   Ya mapenzi na mahaba,
   Na kweli na usuhuba,
   Katika kila kizazi.

327 Kisha ziwe na neema,
   Ya haki na utu wema,
   Na fadhili na heshima,
   Na kipawa cha ujuzi.

328 Bila hivi kukutana,
   Na watu kueleana,
   Kwa hali ya kupendana,
   Ulimwengu ni upuzi.

329 Kama chache ya mapenzi,
   Dunia hatuiwezi,
   Kama chache ya ujuzi,
   Dunia maangamizi!

330 Chuki kitu cha hatari,
   Afadhali ya ghubari,
   La baridi ama hari,
   Na pepo za pingamizi.

331 Kama chuki ina mwanya,
   Nafasi kujikusanya,
   Dhara huweza kufanya,
   Ya mwaka katika mwezi.

332 Kwa muda sekunde moja,
   Chuki huweza kufuja,
   Lisemwalo kwamba laja,
   Hata la zamani hizi.

333 Chuki inashinda moto,
   Ikisadifu mateto,
   Chuki ni kitu kizito,
   Kuweka hatukiwezi.

334 Chuki kitu cha maudhi,
   Afadhali ya maradhi,
   Yana dawa na hifadhi,
   Ya siri na waziwazi.

335 Chuki ghera ya moyoni,
   Afadhali ya tauni,
   Ni maradhi ya mwilini,
   Yana tiba kwa wajuzi.

336 Chuki madhara ya dhari,
   Afadhali ya mauri,
   Ni faradhi kwa umati,
   Chuki ina nyong'onyezi.

337 Hapana mtenda neno,
   Wala mfanya nong'ono,
   Wote wana magombano,
   Kwa madhara ya chukizi.

338 Kwa kuwamo fadhaani,
   Hapana mwenye amani,
   Dogo huwa nuksani,
   Kubwa huna mkombozi.

339 Twaishi dunia gani,
   Hapana wakumwamini,
   Wala wa kumpa ndani,
   Maskini ya mapenzi!

340 Ulimwengu wa majini,
   Ama watu wenye dini;
   Wenyeji ni mashetani,
   Ama ya pepo wapenzi?

341 Mapenzi yetu hafifu,
   Ndiye mama yake hofu,
   Na baba wa upotofu,
   Wazazi wa ubaguzi.

342 Fedheha kubwa kusema,
Chuki iliyo kwa uma,
Afadhali ya wanyama,
Hayawani wa ujuzi.

343 Kwa kutazama madhara,
Yatendwayo kila mara,
Wanyama sasa ni bora,
Kushinda watu wajuzi.

344 Yale kule kwa wanyama,
Mapenzi yametuhama,
Na chuki hutuandama,
Mbio hatuna pumzi.

345 Chuki wenyewe laana,
Wanyama kila namna,
Mwituni wenye kulana,
Kwa watu haipendezi.

346 Chuki ni maangamizi,
Na kama tunaienzi,
Ni lazima kutuhizi,
Hili ni neno la wazi.

347 Si haja kuwa mwalimu,
Jambo hili kufahamu,
Rahisi si neno gumu,
Mpaka kwa mwanafunzi.

348 Si neno lenye gharama,
Na juhudi ya kusoma,
Liwazi kwa maamuma,
Japo kusoma hawezi.

349 Si sharti ya mahiri,
   Mwelewa wa tafsiri,
   Kila mwenye tafakuri.
   Mara huwa mtambuzi.

350 Kwa hakika jambo hili,
   Halihitaji akili,
   Kufahamu kuwa kweli,
   Si gumu kwa kumaizi.

351 Bila kuwana busara,
   Na fahamu kuwa bora,
   Hata mwanagenzi mara,
   Huweza kuwa mjuzi.

352 Mapenzi hifadhi kwetu,
   Furaha kwa kila mtu;
   Kiungo bora kwa watu,
   Hapana kama mapenzi.

353 Yana fadhili kwa watu,
   Katika maisha yetu;
   Amani kubwa kwa mtu,
   Ipi kushinda mapenzi?

354 Mapenzi kwa mtu cheo,
   Huambatana na moyo,
   Na mtu kama anayo,
   Ana namna ya kanzi.

355 Mapenzi ni hadhi kwetu,
   Kuwa pamoja na watu,
   Moyo hauwi na kutu,
   Wenye tone la mapenzi.

356 Mapenzi ndivyo halisi,
   Kuambatana na sisi,
   Ni imara ya nafsi,
   Kama mti kwa mizizi.

357 Mapenzi kwetu wajibu,
   Yamo katika hesabu,
   Ya vilivyo na thawabu,
   Na majaziye Mwenyezi.

358 Kwetu pendo ya fahari,
   Na hazina ya johari,
   Kwa fakiri na tajiri,
   Mapenzi si machaguzi.

359 Kwa fadhili ya mahaba,
   Moyo huwa na rutuba,
   Kwa wingi wa masuhuba,
   Na wandani na wapenzi.

360 Kwa pendo na urafiki,
   Moyo hauyabisiki,
   Na kwa usawa na haki,
   Huwa machache majonzi.

361 Wenye kupenda rafiki,
   Nao kupendwa ni haki,
   Na wenye kutaka chuki,
   Hufa ndani ya chukizi.

362 Nafsi huwa nyepesi,
   Kama mtu hajighasi;
   Na huwa na wasiwasi,
   Akiwa hana mapenzi.

363 Ikiwa watu hawamo,
Katikati ya mapimo,
Majonzi huzidi kimo,
Wakatokwa na machozi.

364 Akiwa katika choyo,
Mtu fahamu hinayo,
Kadiri hali iwayo,
La mapenzi haliwezi.

365 Choyo kikishika macho,
Mtu haoni alacho,
Na kila atendewacho,
Kwake hakina mapenzi.

366 Choyo kikishika kinywa,
Mtu hali wala kunywa,
Kisha hapendi kuonywa,
Mambo yenye maangazi.

367 Choyo kikishika moyo,
Hana haya mtu huyo,
Wala nadhari hanayo,
Kwa haraka na upuzi.

368 Choyo kikishika nia,
Mtu huwa hana njia,
Wala shauri la kuwa,
Na nyenzo na fafanuzi.

369 Choyo kikishika tumbo,
Mtu katika kiambo,
Huchafukiwa na mambo,
Ya fikira na ya kazi.

370 Choyo kikishika kichwa,
   Tumika kutwa na kuchwa,
   Kwa bidii kama mchwa,
   Huna jambo la majazi.

371 Choyo kikishika uso,
   Mtu hawi na takaso,
   Japo mpambe kwa leso,
   Batini huwa si wazi.

372 Choyo kikishika kondo,
   Haba nafasi ya tendo,
   Na safari na mwenendo,
   Mtu kutenda hawezi.

373 Choyo kikishika rai,
   Na ghera na uadui,
   Hupati la kukinai,
   Si mtu wa maenezi.

374 Choyo kikishika bero,
   Kamili huwa kasoro,
   Ukawa mtu wa kero,
   Palipo na maongozi.

375 Choyo kikishika wivu,
   Ni heri ya mpumbavu,
   Huweza kuwa mwerevu,
   Wivu giza la ujuzi.

376 Tembe huwa kubwa mno,
   Choyo kikishika neno,
   Huwa ghali mapatano,
   Kila siku uchokozi.

377 Hutengwa na marafiki,
   Choyo kikishika haki,
   Huna wa kukuafiki,
   Wala kuwa wako mwenzi.

378 Choyo kikishika mila,
   Hakimpi mtu kula,
   Wala nafasi kulala,
   Hurukwa na usingizi.

379 Choyo kikishika ngoa,
   Huna raha ya dunia,
   Na kila linalokuwa,
   Huwa tata na simanzi.

380 Choyo kikishika fihi,
   Hupati la kufurahi,
   Wala neno la sahihi,
   Na la haki humaizi.

381 Choyo kikishika hongo,
   Na maisha ya uongo,
   Hupati fanya maringo,
   Kwa dharau ya wabezi.

382 Choyo kikishika wazo,
   Bila ya matengenezo,
   Jiandae kwa mizozo,
   Jambo jema hutimizi.

383 Choyo ni dhara ya kazi,
   Na harabu ya mapenzi,
   Choyo hakitengenezi,
   Kwa wingi wa pingamizi

384 Kama wanyama wa mwitu,
   Choyo huwatenga watu,
   Na pendo kiungo chetu,
   Kama roho na pumzi.

385 Choyo sifaze ni hizi,
   Nyingine hakitimizi;
   Bora kuwa na mapenzi,
   Ndicho kitu hakiozi.

386 Mapenzi yana mwangaza,
   Ni taa katika giza,
   Na kitu cha kutukuza,
   Kila palipo wakazi.

387 Mambo mema hunijaza,
   Kwa kunipa miangaza,
   Na njia za kuongoza,
   Zenye heri na ijazi.

388 Yana baraka na mimi,
   Nikiwa nayo sizami,
   Na chuki hainifumi,
   Tena siwi na kajonzi.

389 Kwangu mapenzi si adha,
   Yana heri mfawidha,
   Kila siku yana ladha,
   Si kitu cha gagamizi.

390 Kwa mapenzi kunivuta,
   Po pote ninapopita,
   Moyo wangu hutakata,
   Kama maliki wa enzi.

391 Sina jambo mahasusi,
   La kuniridhi nafsi,
   Cho chote huniandisi,
   Hata kitu cha upuzi.

392 Naweza kuwa na raha,
   Hata katika mzaha,
   Ikawa kwangu ni jaha,
   Imeshuka kwa Mwenyezi.

393 Na mwili hunikunjuka,
   Nikasema kwa kucheka,
   Kama sinayo mashaka,
   Ya njaa na mauguzi.

394 Cho chote kinachokuja,
   Hata kama pesa moja,
   Hutosha kuwa faraja,
   Si mtu wa machaguzi.

395 Kwa wakubwa wivu sina,
   Kwa wadogo kuwaona,
   Wakitaka kulingana,
   Na mimi hawaniwezi.

396 Nimo ndani ya msingi,
   Moyo wangu hautangi,
   Walio chini ni wengi,
   Kuwa na wivu siwazi.

397 Kama wengi hunipita,
   Wachache hunifuata,
   Na heri tunazopata,
   Kwao huwa kama njozi.

398 Wa vikwi na wa idadi,
   Wakipata sihusudi,
   Natosheka na wahedi,
   Na uzima na pumzi.

399 Kwa kutazama wa chini,
   Wivu hutoka moyoni,
   Na chuki kuitamani,
   Huwa jambo la upuzi.

400 Kwa kutazama wa juu,
   Na fahari na makuu,
   Hukomi kuwa na kiu,
   Na kilio na machozi.

401 Kwa kitu hata kwa hali,
   Tazama watu dhalili,
   Ni wangapi mbalimbali,
   Wateswao na majonzi!

402 Ndani ya maisha yetu,
   Wangapi wasio kitu,
   Wala si wanyama mwitu,
   Viumbe wake Mwenyezi!

403 Wengi ni haba wa hadhi,
   Na wengi wenye maradhi,
   Hawana cha kuwaridhi,
   Wala kitu cha kuhozi.

404 Ni Wengi wenye madhila,
   Hawana kitu cha kula,
   Wala pema pa kulala,
   Wachache wa usingizi.

405 Wengi wenye idhilali,
   Hawanywi wala hawali,
   Na nguo katika mwili,
   Hawana zaidi ngozi.

406 Kiwango cha wanadamu,
   Walio na shida ngumu,
   Jumla ya tarakimu,
   Kwa kuwanga haiwezi.

407 Hutosha kwa kila mtu,
   Ulimwengu kama wetu,
   Hali na tabia zetu,
   Zikiwa zina mapenzi.

408 Kisha huwa hautoshi,
   Kwa feli na kwa utashi,
   Kama chuki huwaghashi,
   Watu hawana wokozi.

409 Ulimwengu si dhaifu,
   Kwa watu waadilifu,
   Wa haki na ukunjufu,
   Urafiki na mapenzi.

410 Na huwa kitu kichafu,
   Shari na uharibifu,
   Kama watu wapotofu,
   Ndiyo wenye maongozi.

411 Ulimwengu una heba,
   Amani na usahiba,
   Kwa watu wenye mahaba,
   Na silika za mapenzi.

412 Na huwa wenye misiba,
    Na kiu na kutoshiba,
    Na aibu na ghiliba,
    Kwa walio na upuzi.

413 Ulimwengu una shwari,
    Na furaha na fahari,
    Kwa watu wa tafakuri,
    Na wenye akili razi.

414 Na huwa wenye hatari,
    Mwepesi wa kuhasiri,
    Kwa asiye na nadhari,
    Na ambaye hamaizi.

415 Kwa mtu mwenye heshima,
    Ulimwengu kitu chema,
    Huwa na raha daima,
    Na wingi wa mapendezi.

416 Na huwa kitu kibaya,
    Kisichokuwa na haya,
    Bali hasira na maya,
    Dhuluma na uchokozi.

417 Kwa watu mzo kwa mzo,
    Ulimwengu una tuzo,
    Sifa na mabembelezo,
    Mambo yake matelezi.

418 Na huwa wenye mizozo,
    Na ugumu na mkazo,
    Na dhiki mfululizo,
    Mwendo wake hautuzi.

419 Kwa heshima na saburi,
    Ulimwengu una heri,
    Na baraka na uzuri,
    Na madaraka ya enzi.

420 Na huwa mwingi wa hari,
    Na sakara na jeuri,
    Na fadhaa na kiburi,
    Na mashaka na ajizi.

421 Ulimwengu kitu ghali,
    Una mito ya adili,
    Yenye vinywaji vya kweli,
    Na ladha kushinda lozi.

422 Pengine mwingi wa feli,
    Za kinyume na zohali,
    Na dhuluma na batili,
    Ghiliba na unyakuzi.

423 Ulimwengu una pambo,
    Utukufu na urembo,
    Na ukunjufu wa umbo,
    Na anasa kwa wakazi.

424 Kisha huchafua mambo,
    Kama gulio la tembo,
    Ama soko ya zarambo,
    Watu wakawa wapuzi.

425 Ulimwengu wa mwafaka,
    Na neema na baraka,
    Na umoja na shirika,
    Na uzuri wa uzazi.

426 Na pengine huchafuka,
Kama chombo kulipuka,
Pakawa mengi mashaka,
Kwa wavutao pumzi.

427 Ulimwengu wa nasaha,
Mapendeleo na jaha,
Na anasa na furaha,
Na heba ya mageuzi.

428 Kwa feli zenye karaha,
Huwa wenye majeraha,
Na tuhuma na fedheha,
Juu ya kila mkazi.

429 Ulimwengu wa uhai,
Na mambo ya kutumai,
Na mashauri na rai,
Na nuru iliyo wazi.

430 Na mwingi wa jitimai,
Ghadhabu na uadui,
Na fahamu kuzirai,
Watu wenye utambuzi.

431 Kwa watu wenye kutubu,
Na kuabudu Wahabu,
Ulimwengu wa thawabu,
Kwa salihi ya mapenzi.

432 Na kabidhi wa hesabu,
Za dhuluma na adhabu,
Kwa wachache wa adabu,
Na dhalimu na wapuzi.

433 Kwa watu wenye fursa,
   Ulimwengu ni anasa,
   Michezo na taanisa,
   Na madaraka na enzi.

434 Na huwa mwingi wa visa,
   Kila dakika mkasa,
   Watu wote huwafyosa,
   Magunge na wanagenzi!

435 Kwa watu wenye fikira,
   Na walio na busara,
   Ulimwengu kitu bora,
   Rahisi kwa matumizi.

436 Na hulipukwa na ghera,
   Kwa ujinga na harara,
   Na maudhi ya hasara,
   Chara na maangamizi.

437 Ulimwengu wa maisha,
   Juhudi na mshawasha,
   Na ulua na tamasha,
   Na umahiri wa kazi.

438 Na huwa wenye rabsha,
   Na uchovu na kuchusha,
   Kwa watu kuwazuzusha,
   Kila siku mageuzi.

439 Ulimwengu wa maghibu,
   Watu wake mahabubu,
   Ni ambao hujaribu,
   Kuishi nayo mapenzi.

440 Hawa ni wanyenyekevu,
   Bali ndiyo wenye nguvu,
   Kisha huwa wapumbavu,
   Lakini ndiyo wajuzi.

441 Hawa ni watu wa chini,
   Lakini wana thamani,
   Na ingawa maskini,
   Bali si watu wapuzi.

442 Wenye matendo ya wema,
   Wana tuzo za rehema,
   Na hadhi ya pepo nzima,
   Na haki ya maamuzi.

443 Kila tendo la fadhili,
   Japo likitendwa mbali,
   Lina heshima kamili,
   Na ushindi wa mtenzi.

444 Jambo dogo kama nini,
   Na lifanyike gizani,
   Lina hesabu mbinguni,
   Ya mtendwa na mtenzi.

445 Na liwe jambo usiku,
   Wa ng'ambo haoni huku,
   La tanga ama mkuku,
   Mbinguni habari wazi.

446 Ndiko kwenye madhubuti,
   La kuchorwa halifutwi,
   Kwa madua na kunuti,
   Na maombi na machozi.

447 Kwa karatasi na wino,
   Huko likichorwa neno,
   Kugeuzwa gumu mno,
   Hakupokewi ghawazi.

448 Kwa kufuta karatasi,
   Huko hulipi fulusi,
   Wala hakuna nafasi,
   Ya hila wala upuzi.

449 Na litendeke kwa siri,
   Tendo na kila hadhari,
   Yote kwa Mola dhahiri,
   Hata dogo kama uzi.

450 Na liwe katika giza,
   Bila ya kuzungumza,
   Hapana cha kulimeza,
   Lisende kwa wasikizi.

451 u kitendwacho,
   Hapa hakina maficho,
   Yasiyofikwa na jicho,
   Na hesabu ya Mwenyezi.

452 Hata cha ndani ya giza,
   Kidogo ama kikuza,
   Na kilicho na mwangaza,
   Kwa Mungu hakitatizi.

453 Kilicho ndani ya pori,
   Ama kati ya bahari,
   Kitu cha kila kadiri,
   Kina hesabu ya wazi.

454 Na kitu kilicho chini,
   Na mbinguni na hewani,
   Hakipo petu machoni,
   Kughilibu hakiwezi.

455 Mbele yake El-Kahari,
   Kama hapana la siri,
   Bora kutenda la heri,
   Kama haki na mapenzi.

456 Jambo moja kwa Manani,
   Kama halifichikani,
   Maovu faida gani,
   Kupenda na kuyaenzi!

457 Ndipo hashikwa na woga,
   Moyo wangu kunipiga,
   Kwa kinyume cha kuiga,
   Yasivyoridhi mapenzi.

458 Penye mahaba na hawa,
   Moyo wangu hutulia,
   Pasipo na haya kuwa,
   Hurukwa na usingizi.

459 Usingizi huwa ghali,
   Usiku kucha silali,
   Na fikira mbalimbali
   Hunijia kwa vikozi.

460 Fikira nyingine njema,
   Kwa faraja na heshima,
   Nyingine zina zahama,
   Na husumbua pumzi.

461 Kwa mawazo kupingana,
   Usingizi huwa sina,
   Na fahamu ya maana,
   Kupata huwa siwezi.

462 Natanga katika mbuga,
   Kila kipembe kubuga.
   Kitu kiwezacho roga,
   Sioni kama mapenzi.

463 Pendo kama lachipuka,
   Hupendwa na malaika,
   Na likisha kamilika,
   Humpendeza Mwenyezi.

464 Pendo halirudi tupu,
   Hurejea na kikapu,
   Pendo lina chapuchapu,
   Kuwapa watu majazi.

465 Halishindwi kila mara,
   Pendo kitu cha imara,
   Ndipo nikaona bora,
   Kuwa wake mwandamizi.

466 Pendo ni kitu cha ada,
   Na johari ya faida;
   Pendo lina misaada,
   Ya daima kwa wapenzi.

467 Mapenzi pambo la moyo,
   Ni furaha kuwa nayo;
   Mapenzi hushinda cheo,
   Hata pato la ghawazi.

468 Hayauzwi kwenye soko,
   Kila pahali wendako,
   Mapenzi johari yako,
   Kama nguvu na pumzi.

469 Hushindwa na kununua,
   Fedha yote ya dunia,
   Mapenzi robo wakia,
   Hali yalivyo azizi.

470 Kwa ughali kitu hiki,
   Ni sawa na urafiki,
   Kupatikana ni dhiki,
   Wajibu ni kukienzi.

471 Kitu hiki ni mithaki,
   Kwa waelewa wa haki,
   Mapenzi dawa ya chuki,
   Kwa watu wavumilizi.

472 Hayana mwisho wa ladha,
   Mapenzi hushinda fedha,
   Ni kitu dawa ya adha,
   Ndani yana ukombozi.

473 Hushinda hata dhahabu,
   Yapimwapo kwa hesabu,
   Mapenzi yana ajabu,
   Hayapimiki kwa wazi.

474 H utaka wenye kwelewa,
   Wajinga huwayawaya;
   Pendo halifanywi kuwa,
   Ladha ya mua na ndizi.

475 Yakiwa hivi mapenzi,
   Hufanywa kuwa upuzi,
   Wala watu hawawazi,
   Kuwa ni kitu azizi.

476 Lakini yana thamani,
   Kubwa haina kifani,
   Ndipo nikawa na kani,
   Kuandika beti hizi.

477 Mapenzi kwangu bendera,
   Na johari ya busara,
   Hunilipa kwa ijara,
   Na fadhili na majazi.

478 Penye pendo nanenepa,
   Mwili wangu na mifupa;
   Mapenzi siwezi tupa,
   Hata mwisho wa pumzi.

479 Yalipo kwangu ni raha,
   Na hupona majeraha,
   Ya maudhi na karaha,
   Ya mwaka jana na juzi.

480 Moyoni yana thamani,
   Kitu kingine sioni,
   Kama hiki duniani,
   Kwa mlingano wa wazi.

481 Thamani yake haishi,
   Ni hazina ya aushi,
   Kwa watu wenye kuishi,
   Maisha ya mapinduzi.

482 Mchwa wote ukutane,
   Na sisimizi wanene,
   Mapenzi wayatafune,
   Bure watafanya kazi.

483 Na pakutane na nondo,
   Na siafu hata sondo,
   Hawawezi fanya tendo,
   La kuyadhuru mapenzi.

484 Nzige na funza na kutu,
   Harabu ya mali zetu,
   Hushindwa kutenda kitu,
   Cha kuharibu mapenzi.

485 Si kitu cha sandukuni,
   Kuibwa si yamkini;
   Mwivi katu haioni,
   Johari yetu mapenzi.

486 Kwa kukosa pa kushika,
   Mauti hutatizika,
   Mapenzi kuyainika,
   Kifo chetu hakiwezi.

487 Mapenzi hupenya giza,
   Yakenda kwenye mwangaza;
   Ni kitu cha kupendeza,
   Kina nuru ya Mwenyezi.

488 Yana ladha na heshima,
   Na fahari ya daima,
   Na pindi yanapohama,
   Maisha hayapendezi.

489 Ni shani kwa matajiri,
   Wa nguvu na mashuhuri,
   Na wanyonge nafakiri,
   Wana kiu ya mapenzi.

490 Pendo ni kitu cha kima,
   Katika dunia nzima,
   Kisha ni kitu adhama,
   Mwenye pendo hapotezi.

491 Ngumu kwa dhara johari,
   Nuruyake El-Kahari,
   Hakishindwi kwa saburi,
   Kinachoitwa mapenzi.

492 Na majangwa na mapori,
   Yatishayo kwa hatari,
   Hushindwa na kuhasiri,
   Kizazi chake mapenzi.

493 Bahari zote za vina,
   Kama huweza kutana.
   Mapenzi sitayaona,
   Kuzamisha haziwezi.

494 Hushindwa na kuzamisha,
   Mapenzi na kuyafisha;
   Hushindwa na kudunisha,
   Yakawa duni mapenzi.

495 Mapenzi kwa kila hali,
   Hayawi kitu dhalili,
   Wala hayana badili,
   Kwa weledi wa ujuzi.

496 Kwa wenye akili nzima,
   Na adabu na heshima,
   Yana thamani daima,
   Mapenzi hayana mwenzi.

497 Hayashindwi kwa adhama,
   Ni kitu chenye uzima,
   Hakifi kijapo zama,
   Na milele hakiozi.

498 Mapenzi hayafi maji,
   Na hushinda wauaji,
   Ni kitu cha kufariji,
   Milele hufanya kazi.

499 Yana kinga ya silaha,
   Hayaguswi na jeraha;
   Bali mapenzi mzaha,
   Mtu kusifu hawezi.

500 Hayashindiki kwa panga,
   Mana kago la uganga,
   Na bunduki na mizinga,
   Kuyapenya kubwa kazi.

501 Hayashindiki kwa kondo,
   Yana fingo la matendo,
   Na pahali pa vishindo,
   Huwanda yake mizizi.

502 Kwa wapenzi na watashi,
   Yana kago la aushi,
   Ni kitu kinachoishi,
   Tuo kubwa ya majonzi.

503 Ni kituo cha mashaka,
   Roho zikifadhaika;
   Tuo ya kupumzika,
   Taabu na nyong'onyezi.

504 Mapenzi ni jambo bora,
   Kwa imani na imara,
   Bali pendo masihara,
   Si kitu bali upuzi.

505 Yana mwengo wa waridi,
   Katika yangu fuadi,
   Mapenzi ni zumaridi,
   Na marashi na feruzi.

506 Kwa kuwa napenda sana,
   Kuitwa mshirikina,
   Na ye yote sitanuna,
   Siudhiki kwa mapenzi.

507 Siwi zebe kwa kununua,
   Hata haitwa laana,
   Mapenzi yana maana,
   Hasa kwa nyakati hizi.

508 Kwa matata na kwa koto,
   Maisha sasa mazito,
   Mioyo ina fukuto,
   Na macho yana machozi.

509 Siwi bozi kwa ghadhabu,
   Hata haitwa kidhabu,
   Mapenzi kwangu dhahabu,
   Kuwa duni hayawezi.

510 Hata nifanywe zandiki,
Mapenzini sibanduki;
Asali mwenyewe nyuki,
Nami hozi ya mapenzi.

511 Mapenzi kwangu thabiti,
Na niitwe afriti,
Ni kitu nimedhibiti,
Siponyoshi hata konzi.

512 Shime wambe nimerogwa,
Na akili kuvurugwa,
Mapenzi yanapomwagwa,
Huwa yangu matembezi.

513 Kisha wambe sina macho,
Ya kuona nitendacho,
Lakini sina kificho,
Kwa kuyasifu mapenzi.

514 Kwa watu wenye busara,
Niwe haba wa fikira,
Moyoni siwi na ghera,
Kuwa chini ya mapenzi.

515 Na nifanywe mtu duni,
Kwa akili na maoni,
Mapenzi mwangu moyoni,
Sibadili kwa feruzi.

516 Nifanywe sina adili,
Na mchache wa akili,
Sioni ni idhilali,
Kama ninayo mapenzi.

517 Kwa mapenzi kila mara,
    Nifanywe sina imara,
    Haiwi kwangu hasara,
    Wala vingine siwazi.

518 Nisemwe kwamba mlevi.
    Na fidhuli na mjuvi,
    Na safihi na mgomvi,
    Kileo changu mapenzi.

519 Sinywi kileo cha maji,
    Cha kuvuta sihitaji,
    Bali napenda umbuji,
    Wa adili na mapenzi.

520 Silevuki kwa vichungu,
    Karaha za ulimwengu,
    Nalewa fikira zangu,
    Na furaha ya mapenzi.

521 Silewi pombe na mvinyo,
    Kutia tumbo mifinyo,
    Ni harabu ya maonyo,
    Na dhana haziwi wazi.

522 Silewi mali na cheo,
    Kwangu huwa si vileo,
    Nalewa mapendeleo,
    Na uwezo wa mapenzi.

523 Silewi nguvu na hadhi,
    Ni vitu haviniridhi,
    Bali nalewa faradhi,
    Ya mapenziye Mwenyezi

524 Na suluhu na mwafaka,
   Hulewa nikalevuka,
   Hulewa nikatukuka,
   Kwa hivi kuliko enzi.

525 Po pote kama hayako,
   Mapenzi sina kitako,
   Wala tembe pumziko,
   Kama kwamba mpekuzi.

526 Kuishiwa na mapenzi,
   Moyo wangu hauwezi;
   Na nyinyi pia hamwezi,
   Bali si wapelelezi.

527 Wachache wa tafakuri,
   Tumo katika ghururi,
   Imetufunga hodari,
   Kila siku hutuhizi.

528 Kwa kila siku kulia,
   Machozi yenda milia,
   Nyuso zimefanya njia,
   Na mifuo ya machozi.

529 Ni mwiko kwetu kusema,
   Kitu chenye kutuuma,
   Si tayari kuungama,
   Wala wa neno la wazi.

530 Kwa sababu roho zetu,
   Ni tupu hazina kitu,
   Na umaskini wetu,
   Mkubwa ni wa mapenzi.

531 Tuna uchache wa utu,
    Katika maisha yetu,
    Kwa kupenda mno vitu,
    Kuliko ndugu na wenzi.

532 Kama watu wangeruka,
    Mfano wa malaika,
    Hata wakapata fika,
    Chemchemi za mapenzi.

533 Watu huko wangefika,
    Mambo yangebadilika,
    Wote wasingalitaka,
    Kuja tena nchi hizi.

534 Kuna chemchemi tamu,
    Dawa yetu ya fahamu,
    Na zihi ya wanadamu,
    Tamthili ya pumzi.

535 Tungeomba kwa Wadudi,
    Mwenye kukidhi mradi,
    Nehi hizi tusirudi,
    Za yabisi ya mapenzi.

536 Nchi hizi za yabisi,
    Watu hawana nafasi,
    Wote wana wasiwasi,
    La heri hawatimizi.

537 Kwa chuki kutusokota,
    Nafsi zina matata,
    Maneno mema huleta,
    Bali hayafanyi kazi.

538 Kwa kinywa tukitamka,
Ni sawa na malaika,
Lakini tumechafuka,
Kwa uongo na upuzi.

539 Ni wachache wa fadhili,
Hatuna neno la kweli,
Wala neno la adili,
Licha mbali ya mapenzi!

540 Kwa vitu kuvitapia,
Moyoni hatuna haya,
Huruma imekimbia,
Baki yetu uchokozi.

541 Kwa kupenda kugeuza,
Hapana wakutuweza,
Kumbe twajiangamiza,
Wachache wa kumaizi!

542 SSTuna mwingi kila mara,
Ufundi na usogora,
Bali hatuna busara.
Kwa upofu wa chukizi.

543 SLa mbali hutusumbua,
Twaona mpaka pua,
Twaona nyingi fadhaa,
Tuchagulie Mwenyezi.

544 Ya heri yamo gizani,
Twatamani hatuoni,
Maovu huja machoni,
Kwa kasi na kwa vikozi.

545 Twataka sana vivuli,
   Visivyokuwa na mwili,
   Kushikwa havikubali,
   Bure tunafanya kazi.

546 Mwenyezi Mungu tuwahi,
   Alhamdulillahi!
   Kwa kumfanya sahihi,
   Njia zetu za telezi.

547 Pendo kitu cha shirika,
   Kwa viumbe kila rika;
   Baraka nyingi hushuka,
   Watu wakiwa wapenzi.

548 Hushuka na tuungane,
   Sisi sote tupendane,
   Tusiwe na tembe tone,
   Mioyoni la simanzi.

549 Tupendane kila pembe,
   Kila tulipo viumbe,
   Na chuki isitukumbe,
   Ndani ya maangamizi.

550 Kwa kuungana fuadi,
   Saburi zetu huzidi,
   Tukapata la mradi,
   Baraka na matumizi.

551 Kama saburi huzidi,
   Maneno yangu jadidi,
   Mtu hakosi zawadi,
   Ya mapenzi na majazi.

552 Ni kitu chenye baraka,
   Na mambo huwa mwafaka,
   Halizuki la mashaka,
   Wala neno la tatizi.

553 Hapazuki la matata,
   Kutatiza kutafuta,
   Mapenzi nyota humeta,
   Hayanyati kama mwizi.

554 Shani yake maumbile,
   Kama pete na kidole,
   Moyo mwenziwe milele,
   N i furaha ya mapenzi.

555 Moyo ukipenda shari,
   Una taka na dosari,
   Ni uchafu si fahari,
   Katika zamani hizi.

556 Una mbegu ya mfundo,
   Moyo ukiwa na kondo,
   Na aili ya matendo,
   La kweli hauhimizi.

557 Moyo ukiwa baridi,
   Bahari ya jitihadi,
   Una faida zaidi,
   Kwa kazi na matumizi.

558 Moyo ukiwa na haya,
   Mzito kushika maya,
   Huwa lulu ya tabia,
   Na husuni na feruzi.

559 Kwa uzuri na heshima,
   Huwanda mwili mzima,
   Moyo ukiwa na wema,
   Ukiwa kati ya wenzi.

560 Na hutosha kwa anasa,
   Moyo wa kiyitakasa,
   Hebaye kubwa kabisa,
   Ua bora la Mwenyezi.

561 Haushindwi mara moja,
   Moyo ukiweza hoja,
   Huweza pia kungoja,
   Usitawi wa mapenzi.

562 Moyo mwenziwe si chuki,
   Mwenziwe ni urafiki,
   Na taadhima na haki,
   Na uhuru na mapenzi.

563 Mapenzi ni letu fungu,
   Na tupendane Kizungu,
   Tule tamu na machungu,
   Pendo letu liwe wazi.

564 Mapenzi kwetu dhahabu,
   Tuwe nayo Kiarabu,
   Kwa heshima na adabu,
   Kama mwana na mzazi.

565 Kama Hawa na Adamu,
   Mapenzi yetu yadumu,
   Sikuzote yawe tamu,
   Si mapenzi ya kishenzi.

566 Tuwe nayo Kiswahili,
   Mapenzi ya kuhimili,
   Ya ladha kama asali,
   Au kinywaji azizi.

567 Twende nayo kiungwana,
   Kwa mioyo kuungana,
   Mapenzi ya kufanana,
   Kama pindo na tarizi.

568 Pendo tulipake rangi,
   Liwe kama yungiyungi,
   Lipendeze watu wengi,
   Walia na beti hizi.

569 Tulipambe rangi fua,
   Liwe pendo la ulua,
   Na haiba ya dunia,
   Liigwe na wanagenzi.

570 Tulipambe kwa manjano,
   Pendo letu liwe nono,
   Liwe pendo kubwa mno,
   Liwe na waandimizi.

571 Kwa urembo wa manjano,
   Watu wapendane mno,
   Kwa lafidhi na maneno,
   Katika kila makazi.

572 Kisha tupambe kwa zari,
   Pendo lizidi uzuri,
   Liwe pendo la fahari,
   Liishi bila kutuzi.

573 Lichovywe na samawati,
Pendo liwe madhubuti,
Kwa watu lisitaiti,
Limee kama mdizi.

574 Kwa nyota za nuru kati,
Liwe rangi samawati,
Lionyeshe kwa umati,
Utukufu wa Mwenyezi.

575 Liwe na rangi nyeusi,
Lishike zetu nafsi,
Kwa ufanifu halisi
Kwa ambao wamaizi.

576 Lipambwe na kwa weupe,
Kupenda tusiogope,
Wenye kutupa tuwape,
Pendo bila simangizi.

577 Liwe na urujuuni,
Pendo na rangi kijani,
Kila mtu atamani,
Kwa kila hali kuhozi.

578 Liwe rangi ya kijani,
Mashamba hata mijini,
Faragha na hadharani,
Na tuo za kubarizi.

579 Liwe la rangi ya fedha,
Bila waa la bughudha,
Liwe na kadha wa kadha,
Sudi na wasaidizi.

580 Liwe rangi ya dhahabu,
   Lipendwe na masahibu,
   Wa mbali na wa karibu,
   Wale wenye kulienzi.

581 Liwe rangi ya johari,
   Na maua ya uturi,
   Kila fani ya uzuri,
   Na utukufu na enzi.

582 Liwe rangi zambarau,
   Bila tembe ya dharau,
   Milele wasisahau,
   Walipo wenye pumzi.

583 Kisha lipambwe kijivu,
   Na afya njema na nguvu,
   Chuki ilie kwa wivu,
   Kwa kukosa mwangalizi.

584 Na tuwe nalo lisishe,
   Pendo tuliimarishe,
   Mpaka lituridhishe,
   Kwa kutufanya wapenzi.

585 Penye nuru huwa giza,
   Mwili hufa na huoza,
   Mapenzi hufululiza,
   Nguvu yake haituzi.

586 Jua la mchana huchwa,
   Usiku wa giza hucha,
   Bali pendo kulificha,
   Vigumu na hatuwezi.

587 Nuru za nyote huzima,
   Na giza pia hukoma,
   Lakini moyo hupuma,
   Sikuzote kwa mapenzi.

588 Kwa pendo watu tayari,
   Kwenda zuru makaburi,
   Hutosha kwa kufikiri,
   Kwa mtu mwenye ujuzi.

589 Hata ng'ambo ya kaburi,
   Mapenzi yana umri,
   Ndani ya moyo husiri,
   Na kwa ladha hayaozi.

590 Kwa ladha na utukufu,
   Mapenzi hayana ufu,
   Na maishaye marefu,
   Kuwa chini hayawezi.

591 Ni kitu katika dhati,
   Cha dharau ya mauti,
   Kwa sababu hayapati,
   Nafasi ya kukihizi.

592 Hushindwa na kuyadhuru,
   Katika wake uhuru,
   Na yameapo huduru,
   Kwa heba na maangazi.

593 Ni kitu chenye thabiti,
   Nguvu yote ya mauti,
   Kukitisha haipati,
   Kwa vita na shambulizi.

594 Kama mapenzi yaroga,
   Mauti huwa na woga,
   Kama huweza kupiga,
   Kuyashinda hayawezi.

595 Mwendo wake hufuliza,
   Bila ya kujigeuza,
   Na kila mara huanza,
   Hayana mwisho mapenzi.

596 Kwa kuwa kitu azizi,
   Kutupwa huwa upuzi;
   Mimi naona siwezi,
   Nanyi pia mtaizi.

597 Kwayo nawabembeleza,
   Kuinama na kuwaza,
   Watu wanavyopoteza,
   Majohari kwa chukizi!

598 Kwa hivi nawanasihi,
   Kutazama la sahihi,
   Neno lenye masilahi,
   Kwa rai ya uchaguzi.

599 Kwa kuufanya mfupi,
   Watu leo wako wapi?
   Ulimwengu hauwapi,
   Cho chote ila majonzi!

600 Kwa kufanya kuwa ndogo,
   Dunia ina mitego,
   Na wingi wa mavurugo,
   Hata kuwanga huwezi.

601 Kwa kuifanya nyembamba,
   Mashaka yametuwamba,
   Hatuna jema la kwamba,
   Kwa misiba na majonzi.

602 Na kwa kuifanya chafu,
   Kwa wivu na udhaifu,
   Hatuna la tahafifu,
   Kila jambo hutuhizi.

603 Na sisi na nchi zetu,
   Hatuna miliki kitu,
   Kwa sababu kila mtu,
   Amehamwa na mapenzi.

604 Kwa ulimwengu bahili,
   Wa kweli na la halali,
   Hauna la afadhali,
   Kwetu ila pingamizi.

605 Si tayari kwa kuridhi,
   Dunia sasa kabidhi,
   Ila ghera na maudhi,
   Hutendwa bila ajizi.

606 Kukupa jambo zohali.
   Haitendi neno hili,
   Ikitaka kwako bali,
   Kupinga huwa huwezi.

607 Kukupa jambo husiri,
   Wala hupati kizuri,
   Na milele kuhasiri,
   Ndiyo yake mazoezi.

608 Si karimu wa mazuri,
   Bahili kugawa heri,
   Bali zawadi za shari,
   Hutujia kwa mashazi.

609 Si karimu wa fadhili,
   Bahili kusema kweli,
   Tena ina ndimi mbili,
   Wakati wa maongezi.

610 Ina umbo la kucheka,
   Mfano wa malaika,
   Na moyo wa kukauka,
   Usio tembe mapenzi.

611 Lo lote la kukuponda,
   Kwa haraka hulitenda,
   Lakini la kukupenda,
   Ulimwengu hauwazi.

612 Hutendwa kwa tasihili,
   Lo lote la idhilali;
   Dhaifu wa kuhimili,
   Wenye dhiki ya mapenzi.

613 Kukupa huwa na hamu,
   Lo lote la kukusumu,
   Lakini lililo tamu,
   Hutoa kwa simbulizi.

614 Lo lote la kukudhuru,
   Mara moja huamru,
   Bali la kukunusuru,
   Kukupa we haiwezi.

615 Hutenda bila ya hofu,
   Lo lote la takilifu,
   Ama la kukukashifu,
   Bila kuwa na ajizi.

616 Nyepesi kufanya kondo,
   Ama kupotoka tendo,
   Kuliko kutenda pendo,
   Furaha yake Mwenyezi.

617 Kwa tezi wala kwa omo,
   Hakitoki kilichomo,
   Na watu hugomba mumo,
   Kwa kosa la maamuzi.

618 Kutwa hutungwa sheria,
   Na kueha hutanguliwa,
   Mfano wa giza na jua,
   Kwa mwendo wa mageuzi.

619 Kwa bidii na kwa hoja,
   Tuna wingi wa vioja,
   Bali wachache wa haja,
   Ya kuwa nayo mapenzi.

620 Haja yetu ya kitambo,
   Huishilia na jambo,
   Haja yetu ya kitambo,
   Ya aushi hatuwezi!

621 Ulimwengu wa zahama,
   Hauna kitu kizima,
   Na litendwalo huzama,
   Katu kuebuka mbizi.

622 Sikumbatii eho chote.
   Katika maisha yote,
   Bali nataka nipate,
   Buruhani ya mapenzi.

623 Pendo kuwa shida sana,
   Ni dhiki kuwezekana;
   Mapenzi yana maana,
   Kuliko ghasia hili.

624 Hasha kwa mkono wangu,
   Sitwai kuwa mwenzangu,
   Chukizi ya ulimwengu,
   Hata kama sina mwenzi.

625 Mapenzi ni mengi sana,
   Ni shida kukosekana,
   Ni nyongeza ya upana,
   Na urembo nchi hizi.

626 Ni kiini cha imani,
   Na furaha ya moyoni,
   Ni kitu chenye thamani,
   Na milele hakiozi.

627 Ni jambo lenye sahihi,
   Kisa cha Nabii Nuhi,
   Namna alivyowahi,
   Kwenda katika jahazi.

628 Wanadamu kwa wanyama,
   Na wadudu wa kuuma,
   Walisafiri salama,
   Kwa imani na mapenzi.

629 Simba hakudhuru ng'ombe,
   Nyati hakupiga pembe,
   Walipatana viumbe,
   Wote bila uchokozi!

630 Kondoo na mbwa mwitu,
   Hawakuteta kwa kitu,
   Tembo hakudhuru mtu,
   Na chui hakula mbuzi!

631 Ni jambo muhimu sana,
   Kujua lina maana,
   Roho zikikataana,
   Na amani hatuwezi.

632 Kwa watu na makabila,
   Huu ni mhalahala,
   Kisha wajibu wa mila,
   Kale na karne hizi.

633 Ni mwangaza wa kutosha,
   Katika haya maisha,
   Watu wakijiridhisha,
   Na muhimu wa mapenzi.

634 Kwa kuachia mwangaza
   Maisha twayapoteza,
   Kuinama na kuwaza,
   Kwa watu ni ajaizi.

635 Ulimwengu kwetu pepo,
   Kama watu watakapo,
   Mapenzi kila yalipo,
   SKutunza na kuyaenzi.

636 Michanga yake dhahabu,
   Na kazi zetu thawabu,
   Wote tukiwa sahibu,
   Ndani ya kila makazi.

637 Mwingi wa ladha na hamu,
   Na kila kitu kitamu,
   Lakini hatufahamu,
   Kwa uchache wa mapenzi.

638 Ni mwingi wa majohari,
   Ya furaha na uzuri,
   Akili na tafakuri,
   Na ya hisani na enzi.

639 Kwa majohari ya dini,
   Na feruzi za imani,
   Dunia si maskini,
   Kwa walio na mapenzi.

640 Kwa kuwa nazo moroni,
   Lulu za matumaini,
   Na furaha haihuni,
   Kisha haiwi tatizi.

641 Kutimiza tungo yangu,
   Budi kuomba wenzangu,
   Kuniombea kwa Mungu,
   Maisha ni utelezi.

642 Huwa pofu wamaizi,
   Na wenye akili razi,
   Acha mbali wanafunzi,
   Wenye kujifunza kazi.

643 Hukosa wenye tambuzi,
   Na mabingwa wa ujuzi,
   Na watu wakurugenzi,
   Sembuse ya mwanagenzi.

644 Hukosa watu mahiri,
   Weledi wa tafakuri,
   Na hata watu hodari,
   Katika kutenda kazi.

645 Hukosa wenye weledi,
   Wenye akili zaidi,
   Na wenye kujitahidi,
   Milele kuwa wajuzi.

646 Kisha hukosa arifu,
   Wajuzi wa kusarifu,
   Ya ufupi na urefu,
   Na kila lisilo wazi.

647 Hukosa weledi kazi,
   Na watatuzi tatizi;
   Hukosa na watambuzi,
   Weledi wa maamuzi.

648 Hukosa wanachuoni,
   Na mafundi wa maoni,
   Huanguka mashimoni,
   Hata wataalamizi.

649 Ni mawindo mitegoni,
   Hata adili wa dini,
   Na watu wenye makini,
   Katika mafafanuzi.

650 Hukosa wenye fahamu,
Na walio na elimu;
Hukosa watu muhimu,
Wenye sifa ya ujuzi.

651 Hukosa bingwa na sui,
Hata rais wa rai,
Mambo ya dunia hii,
Mazito kwa watatuzi.

652 Hukosa wenye busara,
Watu kamange wa sera,
Kwa kiumbe kila mara;
Kukosa ni ajaizi.

653 Hukosa wenye werevu,
Na watu waelekevu,
Nguvu na uvumilivu,
Na saburi na ajizi.

654 Hukosa bingwa na fundi,
Watendao kwa vipindi;
Kwa nini mimi sishindwi,
Hali si fundi wa kazi!

655 Hukosa watega tambo,
Na waelewa wa mambo;
Si ila wala si kombo,
Mimi kukosa utunzi.

656 Hukosa wenye fikira,
Na waelewa tijara,
Na weledi wa majira,
Ya miaka na miezi.

657 Hukosa wenye akili,
    Mufti katika feli,
    Na wajuzi wa dalili,
    Falaki na kubarizi.

658 Mwanadamu kwa hakika,
    Kiumbe wa kupotoka,
    Wa kuona kwa mipaka,
    Kuepa kosa hawezi.

659 Hali tulivyo hafifu,
    Wapotofu na waehafu,
    Mwenye kujua Latifu,
    Rais wa wafinyanzi.

660 Na niombewe salama,
    Niishi kwa kujituma,
    Kuandika na kusoma,
    Kila siku iwe kazi.

661 Na iwe kwangu uradi,
    Kwa daima jitihadi,
    Na mambo nikifanidi,
    Yawe mifano ya wazi.

662 Mambo yasiwe na giza,
    Yakawa tata kuwaza;
    Yawe mambo ya mwangaza,
    Faida na matumizi.

663 Tena yawe na mapimo,
    Na watu kila makamo,
    Wafahamu yaliyomo,
    Kila kitu kwa uwazi.

664 Kisha yawe yenye utu,
   Furaha kwa kila mtu,
   Yaridhi nafsi zetu,
   Sahibu zetu na wenzi.

665 Kwa faida na kwa tija,
   Yawe mambo ya faraja,
   Na matilaba na haja,
   Ghairi ya pingamizi.

666 Yawe na wingi wa wema,
   Anasa kwa kutazama,
   Kukariri na kusoma,
   Kila penye maongezi.

667 Ndani yawe yenye nasi,
   Madondoo ya fususi,
   Yawe mambo muhtasi,
   Kwa adili na mapenzi.

668 Niombewe na madua,
   Ya heri na ya satua,
   Maana hii dunia,
   Hutatiza wang'amuzi.

669 Na nyinyi nawaombea,
   Heri zote za dunia,
   Kuja kwa mtawalia,
   Watu wote wazihozi.

670 Wanawake kwa waume,
   Heri zije zimtume,
   Na watoto waandame,
   Kurithi wao wazazi.

671 Budi kuomba Muumba,
   Dunia kitu chembamba,
   Na mara moja hufumba;
   Japo twaiona wazi!

672 Naomba heri wapewe,
   Aliyepo na ajaye,
   Na wote wafunguliwe,
   Hazina zenye majazi.

673 Wafunguliwe wapite,
   Katika hazina zote,
   Wawe radhi wasijute,
   Viumbe wako Mwenyezi!

674 Wapambeto kwa umri,
   Na afya kuwa urari,
   Wawe na kila fahari,
   Katika wako wenezi!

675 Waombao na wapate,
   Na wagomvi wasitete,
   Washikane watu wote,
   Kwa wajibu wa mapenzi.

676 Roho na zirutubike,
   Kwa mapenzi zisafike,
   Na chuki ife izikwe,
   Kuwa nayo hatuwezi.

677 Wape furaha ya moyo,
   Kwa kupata watakayo,
   Pasiwe wivu na choyo,
   Wapambe kwa mapendezi!

678 Wape tunu kwa zawadi,
   Na utukufu na idi,
   Na wingi wa jitihadi,
   Ya kukupenda Mwenyezi!

679 Wenye heri ya kutenda,
   Wape moyo wa kupenda,
   Wawezeshe na kupanda,
   Maghorofa ya ujuzi!

680 Wapambeto kwa akili,
   Na kwa sudi na adili,
   Na elimu mbalimbali,
   Kujua na kuzihozi!

681 Kisha wafanye shujaa,
   Waweze kushambulia,
   Kila ilipo fadhaa,
   Na hasama na chukizi!

682 Kila mtu mwenye haja,
   Ya siri na ya harija,
   Aandamwe na faraja,
   Kwa barakazo Mwenyezi!

683 Na wataka wa mazuri,
   Mungu usiwape shari,
   Wape tabaka za heri,
   Na korija za majazi!

684 Mwenyezi msaidie,
   Kila akutafutae,
   Siri zako aelewe,
   Awe mtu mtambuzi!

685 Kila jambo lina ncha,
   Nimesema sikuficha,
   Kikomo hiki kuacha,
   Ndiyo raha ya utenzi.

686 Utemi wakoma hapa,
   Ambao kwamba nawapa,
   Kama hawatautupa,
   Ndani una matumizi.

687 Beti zake kwa idadi,
   Utenzi huu majidi,
   Ni saba mia jadidi,
   Za maua ya darizi.

688 Pambo la kila ubeti,
   Ni maua tofauti,
   Ya johari na yakuti,
   Almasi na feruzi.

689 Kwa wingi utawalipa,
   Malipo ya kunenepa,
   Wapite wakijitapa,
   Kwa nuruze beti hizi.

690 Kumbukumbu kwa wa leo,
   Na watu kesho wajao,
   Kufanya wajibu wao,
   Na kila la ajaizi.

KIELELEZO

Shairi	Mstari	
1	1	limetakadamu: limeanza, limetangulia
	2	umeazimu: umeazimia, umekusudia
	3	juma: Ijumaa
	3	kuhitimu: kutimia, kukamilika
2	1	pindi: muda, wakati
	3	tawapa: nitawapa
	3	nzima: kamilifu, kamili, ilokamilika
4	4	makala: maelezo, mazungumzo, maneno
	4	yatabarizi: yatazungumzwa
5	2	Allah: Mungu, M'ngu, Mola
	3	apaye: mwenye kuwapa
7	1	kutanguwa: kuweka mbalimbali
	3	sijakoma: sijafikia mwisho; sijaisha
8	2	kudurusi: kusoma kwa makini zaidi
	4	tatizi: matatizo, tata
9	1	natatizika: ninatatizika, ninapata tabu
	2	kunitoweka: kunipotea (kutoweka = kupotea)
	4	si wazi: zimefichika (siwazi = sifikiri)
10	1	kiwi: kiovu; lakini neno hili 'kiwi' katika shairi
11	1	dhaifu: -enye unyonge; isiyo na nguvu
	2	kutawakali: kuanza tawakali = anza

13	2	litalazimu: litalazimika, itakuwa ni lazima
	3	tadhuriwa: nitadhuriwa
	3	mizimu: mahali ambapo wachawi huwalinga
14	1	jadi: asili, (kiarabu ni 'Babu' mzaa baba au
	4	yatanihizi: yataniaziri
15	2	hakuna: ni lazima kuwa, lazima kiwe
	3	kutunzwa: kulindwa, kuangaliwa vema,
	4	wamaizi: waelewa, wafahamu vema
16	4	upuzi: upuuzi, kitu au jambo lisilokuwa na
17	1	si tayari; siko tayari, sijawa tayari, si kuwa
	3	kunenepa: kuwanda, kunona
	4	enzi: ' ezi, utukufu, milki
18	1	ningestahabu: ningependa, ningeipenda
	2	sudi: suudi, ufaulu; (bahati njema)
	3	nakidi: pesa, darahima; fedha; ngwenje
	4	kukidhia: kutoshea
19	4	feruzi: ferunzi, kito kenye thamani, kenye
20		tumbuizi: tumbuizo, uimbaji, mtumbuizi =
21	2	nilikazana: nilijibidiisha, nilifanya bidii,
22	1	lingefanya majilio: lingefanya kuja; lau
23	3	asaa: pengine
24	4	fani: ilimu; mambo yenye kufana; ujuzi
		mashazi mashazi: matopa matopa; kwa
25	2	mvi: nywele nyeupe
26	4	maono: maoni, mawazo, fikira yenye busara
27	1	mansubu: misiba
	2	kuratibu: kuandika
	3	utaratibu: upole
28	1	lubu: kiini chajambo; au asili ya kitu

	2	mjarabu: -enye kujaribu
	3	ta'bu: taabu
29	1	taabani: hoi; -enye kuchoka
	4	razi: razini; iliyokamilika; -enye uwekevu
30	4	hima: upesi, haraka
31	1	kuhama: kutama, kugura
	3	daima: siku zote
32	1	dibaji: utambulisho maalumu wa maandiko ya
	1	ikome: iishe, imalizike; iishie; isiendelee
	2	pupa: fazaa
	4	ajizi: kuchelewa
33	1	nitaajizika: nitachelewa
	2	yatajizika: yatajifukia
34	1	nifululize: nifulize, niendelee zaidi
	2	nisikwae: nisikunguwae, nisijikwae
35	2	kuyahami: kuyahifadhi, kuyachunga, kuyalinda
36	2	pingamizi: pingamano, upinzani, (-enye
	3	nitanena: nitasema; taamba
38	1	wenginewe: watu wengine
	2	wakosoe: watoe makosa, wondoe makosa,
	4	fauzi: ufuzo, ufaulu; ushindi
39	1	kukashifu: kutangaza aibu, au kueleza lenye
	2	takilifu: ta'bu, taabu, dhiki,
	3	kusharifu: kuheshimu, kuchukuza
40	2	ufu: kifo, (Siku ya ufu = siku ya kifo/mauti)
	3	turufu: jambo maalumu
	4	azizi: -enye kupendwa; nzuri
41	2	kuwanga: kuhesabu, au kutazama;
	3	anga: uwazi

	4	beti: vifungu vya mashairi
43	4	misri: nchi ya Egypt
45	2	welewa: wenye kuelewa
	2	sanaa: uundaji; muundo
	4	watunga: watungaji, washairi
46	2	hukinai: hutosheka
		divai: pombe; kileo
		kuzi: kasiki; balasi; nzio
47	4	mwenyezi: m'ngu mwenye enzi
48	1	malau: malambi; makombo; masazo ya
	3	bahau: bahaimu; mnyama; (mtu mjinga)
	3	nahau: ufasaha
49	3	nashuku: nadhani, ninadhani, nafikiria
	3	mtindi: pombe, kileo
		mawazo: fikira
		hawazi: hafikiri
50	1	kangara: jina la pombe/tembo; kileo
	3	zimegura: zimehama; zimeondoka; haziko
	4	kuzingatia: kufikiria mawazo bora
51	1	nawaza.: nafikiri
	3	gugu: nyasi; manyasi
52	1	nakisi: nadhani; nafikiria lakini sina hakika
54	3	hawangi: hawezi kuhesabu; hawezi
55	4	jinamizi: shetani mwovu
56	1	kasumba: bangi
57	2	maonyo: mafunzo
	3	mje/edi: kiboko cha kupigia
58	1	konyaki: konyako; (jina la tumbaku
	4	bali: lakini

	4	kumaizi: kufahamu
59	1	labda: labuda, pengine
	3	adili: sawa; haki
	4	kupambanua: kuchangua; kuweka mbalimbali
60	4	mwenzi: mwenzi wake; mwenzake;
61	3	johari: kito; jiwe la thamani
	4	milki: mali
	4	enzi: utukufu; ufalume
62	4	josho: kujiosha
	4	kutuzi: harufu mbaya; kikwapa
63	1	njozi: ndoto; ruwia
	2	feli vitende; matendo
	3	maizi: mwenye akili bora, mwenye fahamu
64	1	rai: mauna; maoni
	2	tijara: faida
67	1	si kwamba: sio kuwa
68	4	wakazi: wakaaji, (wanaoishi katika nchi)
69	2	kufariji: kurehemu; kusahilisha;
70	1	laiti: tau kuwa
	4	majonzi: huzuni; masikitiko
71	2	ukiwa: upweke; uyatima
72	3	natumai: naamini
74	4	pingamizi: upinzani; pingo
76	4	ndaniye: ndani yake
78	2	utungo: ushairi
80	1	nimepeleleza: nimetazama kwa makini, au
	3	utuvu: kituo, makini, utulivu; kutokua na
82	3	ingalituchosha: ingalituchokesha, ingetuchoke
85	1	watawa: wachaji M'ngu
	4	majazi: vipowa; vipewa; vipao

86	3	shahamu: mafuta ya mfupani
87	3	faraja: kitulizo: (neema ya M'ngu ampayo
91	3	wakajihisi: wakajiona; wakajifikiria
92	4	kutoweka: kupotea
95	3	watakithiri: watazidi
	4	hubarizi: hulizungumzi
98	3	mabuma: mabumu; mabundi: (jina la ndege
99	3	kununa: kukasirika; kughadhibika; (kuwa na
	4	utovu: ukosefu
101	3	butaa: ushangao; mshangao
102	3	watakariri: watarudia mara kwa mara
104	1	fursa:nafasi
	2	walichokifyosa: walichokidharau
105	4	kilizi: kilio
106	4	kutuhizi: kutufedhehesha
107	2	kufuru: dhambi: madhambi
	1	hawawazi: hawana mawazo bora
108	3	mzo: uzani wa ratili 350–60
110	3	maisha: uhai
	3	masihara: dhihaka
112	2	mie: mimi
113	1	haigombi: haisemi: haineni
114	4	ubazazi: udanganyifu
118	1	utakaso: utakatifu; unadhifu; usafi
119	4	bumbuazi: mshangao
120	4	mwenzi: mwenzio; mwenzi wako
121	3	shime: bidii
122	4	wenezi: uwenezi (wa M'ngu); utukufu
125	1	silika: tabia: sifa: nwendo

129	1	idhilali: unyonge
	3	hahimili: hawezi kustahamili
	4	chukizi: chukizo; machukizo; uchukizo
131	1	hububu: tembe (kama ya mchele au mtama
	3	faraja: nafuu
132	3	hata hapewa dhahabu: japo nikapewa dhahabu
	4	ningeizi: ningalikataa; ningeiza
134	3	mtengwa: mtu alietengwa; alieekwa kando
	4	feruzi: kito; jiwe la thamani la rangi buluu
137	3	tuhuma: dhana mbaya; kufikiria viovu; shaka
138	1	joyo: moyo mkubwa; mtima mkuu, (usiokubali
139	3	mapenzi ya maki: mapenzi yenye nguvu (maki:
141	4	maliki: mfalume; mfa'ume
144	3	uhasimu: utesi; ugomvi
145	2	mpotovu: mpotofu; -sio nyooka
	3	utovu: ukosefu, ukosaji
147	4	kwa sera: kwa njia
148	1	wamba: wasema; wanena; wanasema
	3	masogora: wakuu wa wapigaji ngoma; viongozi
149	1	hindi: India; uhindini
152	3	na ambao kwamba asi: na ambao wameacha/
	4	tamthili: mifano, methali
154	4	sera: njia
157	1	majohari: vito vya thamani
	2	miski: kitu kenye harufu njema
	2	ambari: kitu kenye harufu nzuri, (hupatikana
158	2	isihulu: zisiishe; zisikome; zisimalizike
160	2	zumaridi: kito kama vile almasi

162	1	manukato: mafuta yanayonukia harufu nzuri/
165	2	ukufi: usawa
166	1	zana: silaha za vita
172	3	rai: mawazo bora; fikira njema; maoni mazuri
175	4	azizi: hema, kizuri; bora
176	4	watahozi: watapata
177	4	kubarizi: kukaa/kukelj; kuzungumza
178	2	haba: tembe/chembe; (kidogo) punje
179	3	jahili: mjinga: mpumbavu; juha
181	4	uturi: uzuri; (kiarabu "utri" ni mafuta
184	1	libasi: nguo; kivao; kivazi
186	4	kalamzi; udanganyifu; hadaa
190	2	sayari: nyota
191	2	kuhozi: kupata
192	3	korija: ishirini; vitu ishirini kwa pamoja
194	1	nyamafu: nyama ya mfu; mnyama aliekufa;
	3	maradufu: mara mbili
198	3	mizuka: mashetani
199	1	kuhizika: kulaanika
200	3	hawamudu: hawajui; hawajijui
202	1	inatukanganya: inatubagua; inatutenganisha
208	3	utu: uungwana; (yaani) matendo bora
209	2	adha: maudhiko
	3	mfawidha: cha kutosha
210	4	wachopozi: watopozi; wenye kutopoa
215	4	ihozi: kuihozi; kuipata; kuwa nayo
216	4	nyerezi: utaratibu; polepole
222	2	ulaghai: udanganyifu
	4	aili: wenye kulaumu

223	4	ghairi ya kizuhi: bila ya kizuizi
224	1	ghiliba: hadaa
226	3	kitimbi: jambo la fitina
227	2	dohali: kisirani; pingamizi
228	1	kitunga: chamba: kitone cheupe kilichoingia
231	1	kujitanibu: kujibidiisha
232	4	doria: duara, (doria ya ulinzi: mzunguko wa
234	2	ari: ghera;
	3	ujasiri: ushujaa
	4	shambulizi: shambulio (mashambulizi;
235	2	kudokoa: kumenya; kunyotoa; kumega;
237	4	watatuzi: wenye kutatua; wenye kuondoa
241	1	fuadi: kifua (katika shairi limetumiwa kwa
242	1	yawambe: yamee: yaote
245	3	kondo: bangu; vita; kitali; adharusi
246	2	weledi: wenye akili bora
	4	wari: wana wali; wanafunzi wa mambo fulani
248	3	miali: miangaza
	4	hapaji la viringizi: haliwezi kuja linaloviringa/
249	1	rabsha: kelele; ghasia; yungu wadhi; kele
	4	nyong'onyezi: -enye kuufanya mwili kuwa
253	3	niwieni radhi: nisameheni: niweleyani radhi
257	1	bia: pombe (beer)
260	1	punje: chembe; kidogo
261	3	mahabubu: - enye kupendwa
262	2	mahiri: -enye akili bora; -enye maarifa; -enye
263	2	frasila: uzani wa ratili thelathini na sita (36 lbs)
	3	jazila: uzani wa ratili 434 (yaani pishi 62)

266	4	hauvizi: hauharibu (hauvii; hauharibiki)
273	1	kudhili = kutesa: kudhalilisha (dhalili: -enye
276	2	taadhima: utukufu
	4	pitu na pituzi: tabu na mashaka: hasara na
278	1	litatiririka: litachurizika
	4	mdakuzi: mchunguaji siri za watu
280	2	mkondo: ndia ipitayo maji
283	2	suwesi: chuma: (yaani chuma cha suwes)
284	4	simanzi: huzuni; jitimai; sikitiko
286	2	kanzi: hazina
288	1	hiba: hidaya, tunu
295	1	bi ghairi ya: hila ya
	3	mguno: kituou, (yaani kusema "Mh")
296	4	tuna tata na tatizi: tuna taabu na matatizo
305	1	kutukebehi: kutuaziri; kututolea siri zetu nje
307	3	mizungu: kinyume; hiyima; uhaini
308	4	gumbizi: kisunzi; kizunguzungu; masuwa;
309	3	anga: nuru ya macho
319	1	madufu: wasio thamani
321	1	fuadi: kifua
	3	halisudi: halifaulu; halifuzu
330	2	ghubari: wingu (maghubari: mawingu)
	3	hari: joto
333	2	ikisadifu: ikikabili
335	2	tauni: ugonjwa unaotokana na panya
336	3	Faradhi: jambo la lazima, (kama chakula/mau
342	2	uma: watu (umma)
348	3	maamuma: mfuasi; wafuasi
351	3	mwanagenzi: mwanafunzi; mtu anefundishwa

356	1	halisi: hasa
358	3	Fakiri:masikini 359
362	2	najighasi: hajisumbui; hajipi taabu;
368	4	nyenzo: miendo; nyenendo
370	4	majazi :.vipawa; kipawa cha maongezeko
371	4	batini: tumbo (katika shairi, neno 'batini'
372	1	kondo: bangu; vita; kitali; ngondo
374	3	kero: maudhi; maudhiko
379	1	ngoa: matamanio
	4	tata na simanzi: taabu na huzuni
381	4	wabezi: wenye kudhara; wanaodharau
385	1	sifaze: sifa zake
389	4	gagamizi: masingizio (gagamiza: singizia)
390	4	maliki: mfalume; mfaume, mfalme
391	1	mahasusi: -lokusudiwa
392	3	jaha: utukufu
396	2	hautangi: haufazaiki; hauwayiwayi; haubabaiki
397	4	njozi: ndoto; ruwia
398	3	wahedi: moja
401	2	dhalili: -nyonge; dhaifu
404	1	madhila: mashaka; mateso; idhilali
406	1	kiwango: kikomo; kiasi; kadiri; kipimo
	3	tarakimu: hesabu; idadi
	4	kuwanga: kuhesabu; kuhasibu
408	2	utashi: uhitaji; utahaji
409	2	waadilifu: watendao haki
411	1	heba: haiba; umbo jema
	2	usahiba: urafiki
	4	silika: tabia
412	3	ghiliba: hadaa; udanganyifu
413	1	shwari: hali ya utulivu

	3	wa tafakuri: wenye kufikiria mambo mema
	4	razi: -enye maarifa; -enye busara
414	3	nadhari: fikira njema; mawazo bora; busara
417	1	kwa watu mzo kwa mzo: kwa wanaopimiana
420	2	sakara: ulevi; kileo!
421	2	adili: haki; tendo la usawa
422	3	batili: isio wema; -enye uovu/ubaya
	4	ghiliba: hadaa
423	4	anasa: starehe; taanusi
424	2	gulio: salio; mahali panapouziwa vitu au kununuliwa
	3	zarambo: pombe, kileo
427	1	nasaha: maonyo mema; mafunzo mazuri
	2	jaha: utukufu
	3	anasa: starehe
	4	heba: haiba; uzuri urembo
428	1	feli zenye karaha: matendo ya kukasirisha/kuudhi
	3	tuhuma: shaka; dhana
	4	makazi: mkaaji wa nchi au mji fulani
430	1	jitimai: huzuni; majonzi; simanzi
	2	ghadhabu: hasira;
	3	kuzirai: kuzimia (kuzisihi; kuzibembeleza)
431	2	wahabu: M'ngu
	4	salihi: -enye wema
433	1	fursa: nafasi
	2	anasa: furaha; starehe
	3	taanisa: starehe
434	4	magunge na wanagenzi: mabingwa na wanafunzi
437	3	ulua: cheo; heshima
	4	umahiri: uhodari; wa akili; uelewa
438	1	rabsha: ghasia; fujo; mayowe; kele; kelele

439	1	maghibu: pepo za tufani; pepo wa kimbunga
	2	mahabubu: wenye kupendeza; wenye kupendwa
443	1	fadhili: wema
	4	mtenzi: mtendi; mtendaji
445	4	tanga: guo linalofungwa katika mlingoti wa chombo kama vile jahazi au mashua
	4	mkuku: utako wa jahazi/merikebu au mashua
446	3	kunuti: .omba dua kwa M'ngu
447	4	ghawazi: pesa; fedha; darahimu; fulusi
448	2	fulusi: pesa; mapesa; darahima; ngwenje; fedha
	4	hila: ujanja
453	3	kila kadiri: kila kipimo
454	4	kughilibu: kuhadaa
455		El-Kahari: M'ngu
456	1	Manani: M'ngu
	4	kuyaenzi: kuyatukuza
458	1	hawa: hawaa; matamanioyamoyo
459	4	vikozi: vikundi
460	3	zahama: ghasia; kishino
466	2	johari: kito
467	4	ghawazi: fedha, pesa; ngwenje; darahimu; fulusi
469	4	hali yalivyo azizi: namna yalivyo mazuri
471	1	mithaki: bora
472	3	adha: maudhiko; kero
474	2	huwayawaya: hubabaika; huhangaika; hutangatanga
475	4	azizi: kizuri; kipenzi
476	3	kani: bidii; juhudi au nguvu
478	1	nanenepa: ninawanda
479	3	karaha: makuruhu; tendo lisilopendeza
481	2	aushi: -enye kufaulu

483	1	nondo: jina la nyoka mkubwa sana anayeweza kumeza ng'ombe mzima au watu kadha
485	2	si yamkini: haiwezekani
488	3	yanapohama: yanapogura; yanapoondoka
490	3	adhama: adhimu; -enye ukubwa; -enye utukufu
494	3	kuyafisha: kuyaua
	4	duni: kitu kisicho thamam
495	2	dhalili: -enye unyonge
	4	weledi: wenye kuelewa; watu maizi; watambuzi
496	4	mwenzi: mwenziwe
497	1	adhama: utukufu
498		kufariji: kusibu; kupata; kufaulu; kufuzu
500	2	mana kago: yana fungo la kujikinga ili yasifikwe na madawa ya wachawi kwa urogaji
501	1	kondo: bangu; vita; kitali; ngondo
	2	yana fingo: yana hirizi ya uchawi
502	1	watashi: wahitaji; wenye kuhitaji; wenye kutaka kitu
	2	kago: fungo la madawa ya uchawi
	2	aushi: ufaulu; -enye kufaulu
505	3	zumaridi: jiwe la thamani la rangi ya majani; kito
	4	marashi: maji yanukiayo vema yaliyotengenezwa kwa mawaridi
	4	feruzi: kito; jiwe lenye thamani la rangi ya kibuluu
506	3	sitanuna: sitakasirika 507
511	4	konzi: punje; tembe, kama vile ya mtanaa au mchele
514	2	haba wa fikira: mchache wa mawazo
516	1	adili: haki; usawa
519	3	umbuji: uhodariwakusema/usemaji

520	1	silevuki: silewi; silevywi; siwezi kuleweshwa na
521	2	mifinyo: maumivu
523	3	faradhi: jambo la lazima, kama mauti/chakula na sala za kuabudu M'ngu mmoja
	4	mapenziye: mapenzi yake
524	1	mwafaka: mapatano; makubaliano; uafikano; uridhio
527	1	tafakuri: mazingatio; mawazo
	4	hutuhizi: hutulaani; hutulani; hutuapiza
528	2	milia: mistari; misitari
	4	mifuo: kandoni mwa bahari/kando ya bahari
529	1	mwiko: miko; kambe, (mambo unayojizuia kutenda)
534	3	zihi: nguvu: ana; afya
	4	tamthili: mfano
535		Wadudi: M'ngu
	2	kukidhi mradi: kutimiza haja
539	1	fadhili: wema; njema
	3	adili: haki: usawa
	4	licha: wacha, achilia
542	2	usogora: ukubwa wa wapiga ngoma
544	4	kasi: mwendo wa mbio zaidi
	4	vikozi: vikundi vya watu
546	1	tuwahi: tupate
	2	Alhamdulillahi: sifa njema (zote) ni za mwenyezi M'ngu
	3	sahihi: sawa sawa: isio na makosa
548	4	simanzi: huzuni
549	3	isitukumbe: isitufike; isitupate 550
551	2	jadidi: -enye nguvu; imara, -enye upya
	4	majazi: kipawa cha Mungu
552	4	tatizi :.tatizo; matatizo: tata

553	3	humeta: humemetuka; bumetameta; humeremeta
	4	hayanyati: hayashiki (kama gamu) hayanati
554	1	shani: ajabu; ibra; tendo la kuajabisha
	1	maumbile: umbo, mtu
	3	milele: daima; siku zote
555	2	dosari: hitilafu; waa; ila; doa
556	2	kondo: bangu; kitali: ngondo; vita; a- dharusi
	3	aili: lawama
558	2	maya: mawa; mawaa; doa; paku
	4	husuni: wema
559	4	wezi: wenzio
560	1	anasa: furaha; starehe
	3	hebaye: haiba yake; uzuri wake
562	3	taadhima: utukufu; ukuu wa hadhi/cheo
566	2	kuhimili: kustahamili; kubeba; kuhamili
	3	ladha: tamu; (uonjo)
567	4	tarizi: mshono
568	2	yuugiyunga: aina ya maua yanayomea katika maji ya ziwa
569	2	uluwa: cheo; heshima
	4	wanagenzi: wari; wanafunzi
	4	liigwe: litabwe; liigizwe
570	2	nono: lililonona; zuri; jema
	4	waandamizi: wenye kuandama; wafuasi
571	3	lafidhi: matamko; matamshi
572	1	zari: nyuzi za rangi ya dhahabu au fedha
	4	kutuzi: harufu inayonukia vibaya; kikwapa
573	1	samawati: rangi ya mbingu
	3	lisitaiti: lisibane; lisikaze; lisikabe
	4	mdizi: migomba
574	3	umati: halaiki; watu wengi; umma

576	4	simangizi: usutano; msutano; usuto
577	1	urujuuni: rangi nyekundu kama vile damu
	4	kuhozi: kupata
578	4	na tuo za kubarizi: baraza za mazungumzo
579	2	waa la bughudha: doa la utesi au la hasama
	4	sudi: suudi;
580	2	masahibu: marafiki
	4	kulienzi: kulitukuza
581	2	uturi: manukato; mafuta yanayonukia harufu nzuri
582	3	milele: daima; siku zote
583	4	mwangalizi: mwangaliaji; mtizamaji
585	3	hufululiza: hufuliza; huendelea mbele zaidi
589	3	husiri: huendelea
590	2	ufu: kifo; mauti
	3	maishaye: maisha yake
591		kukihizi: kukifedhehi; kukiaibisha
592	3	huduru: huzunguka
	4	heba: haiba; umbo jema
	4	maangamizi: -enye kuangamiza
593	4	shambulizi: shambulio; mashambulio
595	1	hufuliza: hufululiza; huendelea mbele zaidi
596	4	mtaizi: mtakataa; yaani mtaiza
597	1	kwayo nawabembeleza: kwa hayo awatafadhalisha;
	2	kuwaza: kufikiri au kufikiria
598	1	nawanasihi: ninawaonya; au nawapa maoni
	2	la sahihi: jambo la sawa
599	4	majonzi: huzuni; jitimai la moyo
600	4	kuwanga: kutazama

601	2	yametuwamba: yametuambata; yametushika kwa nguvu
	3	kwamba: kusema; kunena
602	3	tahafifu: sahali
603	2	hatuna miliki kitu: hatuna ambacho ni mali yetu wenyewe
	4	amehamwa: amegurwa; ameondokewa; (yaani
605	4	bila ajizi: bila kuchelewa
606	1	zohali: nuhusi; kisirani
607	1	husiri: huchelewa; hukawilia; hulimatia
608	4	mashazi: utungo wa vitu pamoja, kama vile samaki au makanju
609	1	fadhili: wema; yaani fadhila
	3	ndimi mbili: kweli na uongo, (yaani kaulayni)
	4	maongezj: mazungumzo
612	1	kwa tasihili: kwa mara moja; kwa upesi sana.
	2	idhilali: unyonge
	3	dhaifu wa kuhimili: mnyonge wa kustahamili
613	2	kukusumu: kukuua
614		we: we'e; wewe
615	3	kukukashifu: kukuumbuwa; kukuaziri; kukuai
	4	ajizi: ucheleo
616	1	kondo: bangu; adharusi; kitali; ngondo; vita
		hugomba mumo: husema humohumo
617		kwa tezi wala kwa omo: kwa nyuma wala kwa
618	2	hutanguliwa: huchanguliwa; huwekwa mbalimbali
	4	mageuzi: mageuzo; mabadiliko
619	3	haja: utahaji; uhitaji; matakwa
620	1	aushi: kudumu; kuendelea siku zote
621	1	zahama: kizalizali; kishindo cha fujo kuu

	3	huzama: hudondomea, hutambizi; humbiizi
	4	katu kuebuka mbizi: haiwezekani kabisa kuzuka, yaani kutokeza nje
622	1	sikumbatii: sipigi koroto; sipigi pambaja; sipigimakamama
	4	buruhani: kipawa cha karama
624	1	hasha: siwezi; haiwezekani kabisa
		mwenzi: mwenzangu
627	1	sahihi: lenye usawa; lisilo na makosa
	2	Nabii Nuhi: Mtume Nuhu
630	3	tembo: ndovu
632	2	mhalahala: wasia; onyo
	4	kale: zamani; miaka mingi iliyopita
	4	karne: miaka mia. Lakini katika shairi neno karne, limetumiwa kwa maana ya 'wakati huu'
634	3	kuwaza: kufikiri: kufikiria mawazo bora
635	4	kuyaenzi: kuyatukuza; kuyafanya kitu bora
636	3	wote tukiwa sahibu: Ikiwawatu wote watajiunga
638	3	tafakari: mawazo bora; fikira nzuri/njema
640	3	haihuni: haikosekani; (haipotei)
642	1	wamaizi: wenye kuelewa; watu wenye busara na kuweza kutambua mambo
	2	akili razi: akili bora, au iliyotulia timamu na kuwa na busara njema/nzuri
643	1	tambuzi: akili inayotambua mengi
	4	sembuse: seuze; licha
	4	mwanagenzi: mwari; mwanafunzi, mtu anayefundishwa kazi au jambo fulani
644	1	mahiri: mwenye akili ya kufahamu mengi
	2	weledi: wenye kuelewa na mambo

	2	tafakuri: mawazo; mazingatio
645		weledi: ujuzi wa mambo
646	1	arifu: mwenye moyo muungwana, au mtu muhisani
	2	kusarifu: kuelekeza
647	2	na watatuzi tatizi: na waondoao matatizo
648	1	wanachuoni: wataalamu wa dini; wachaji wa M'ngu, (yaani wanavyuoni)
	4	wataalamizi: wenye kufunza elimu
649	2	adili: mtenda haki
	4	mafafanuzi: kueleza kwa uwazi
651	2	rais wa rai: kiongozi wa maoni/maonyo bora
652	4	watatuzi: wenye kuondoa matatizo
652	2	kamange wa sera: watu wastadi; watu wenye moyo wa makini
	4	ni ajaizi: ni kazi yake; ni desturi yake
653	2	waelekevu: wenye kulekeza mambo kwa sawa sawa
	4	sahuri: subira; ungojevu
	4	ajizi: uchelewaji; ukawiaji; ucheleo
655	4	utunzi: utungaji; utungo; ushairi
656	2	tijara: faida; tija; natija
657	2	mufti: mtaalamu mkuu
	3	dalili: ishara; mfano
	4	falaki: unajumu; ramli; piga bao
659	1	hafifu: -enye kukosa nguvu; -enye wepesi wa uzani; isiyo na rai
	3	Latifu: M'ngu mpole
	4	Rais wa wafinyanzi: Kiongozi Muumbaji; Bwana M'ngu
660	1	salama: uokofu

661	1	uradi: tendo la siku zote unalolitumia kama desturi au ada yako
	3	nikifanidi: nikifaidi; nikipata faida
662	2	tata kuwaza: taabu kufikiria
664	1	utu: uungwana; desturi nzuri, au tabia njema/bora
	4	sahibu: marafiki, wendani
	4	wenzi: wenzi wetu; wenzetu
665	1	tija: natija; tijara; pato lenye faida
	2	faraja: neema
	3	matilaba: maombi
	4	ghairi ya: bila ya; pasipo na.
666	2	anasa: starehe; furaha
	3	kukariri: kusoma au kusema mara kwa mara/mumo kwa mumo
667	1	nasi: msingi mwema; habaha nzuri

www.ingramcontent.com/pod-product-compliance
Lightning Source LLC
Chambersburg PA
CBHW011745220426
43666CB00018B/2904